என்னைச் செதுக்கும் சிறு உளி

என்னைச் செதுக்கும் சிறு உளி
(மாற்றம் ஏற்றம் தரும்)

பிரசன்னா வெங்கடேசன்

டிஸ்கவரி புக் பேலஸ்

கே.கே.நகர் மேற்கு, சென்னை - 600 078.
(பாண்டிச்சேரி கெஸ்ட் ஹவுஸ் அருகில்)
Ph: 044-6515 7525 Mobile: +91 87545 07070

என்னைச் செதுக்கும் சிறு உளி (கட்டுரைகள்)
ஆசிரியர்: பிரசன்னா வெங்கடேசன்©

Yennai Sethukkum Siru Uli (Essays)
Author: Prasanna Venkatesan©

Publisher: **PADI VELIYEEDU** (A Division of Discovery Book Palace (P) Ltd)
Padi Veliyeedu First Edition: Sep - 2016

Pages: 80 - ISBN: 978-93-84301-34-7
Cover Design: Manikandan
Book Design: R.Prakash

Padi Veliyeedu,
6, Mahaveer Complex, Munusamy Salai,
K.K.Nagar West,Chennai-600 078.
Ph: +91 - 44-6515 7525
Mobile: +91 87545 07070

E-mail: discoverybookpalace@gmail.com,
Website: www.discoverybookpalace.com

Rs. 70

இந்தப் புத்தகத்தை எனது அன்பு மனைவி
திருமதி. நிரஞ்சனா
மற்றும்
எனது மகன் செல்வன். அர்ஜுன்
அவர்களுக்கு அர்ப்பணிக்கிறேன்.

ஆசிரியர் கூற்று:

கடந்த சில வருடங்களாக, பல்வேறு தொழிற்சாலைகளில் பணிபுரியும் தொழிலாளர் சகோதரர்களிடம், பயிற்சி கொடுப்பதன் மூலம் நெருங்கிப் பழகும் வாய்ப்பு கிடைத்தது. புங் தாய் (Feng Tay), அபோல்லோ டயர்ஸ், கெஸ்டாம்ப், ரானே, டி.வி.எஸ்., MTAB, ஆனந்த் இன்ஜினியரிங், சமே டியுத்ச், ஹுண்டாய், பென்னர், இகாரிஷி, டாடா இன்டர்நேஷனல், L&T, கிரீவ்ஸ் காட்டன், ஆகியவை எனது பயிற்சிக்கு வாய்ப்பளித்த நிறுவனங்களுள் முக்கியமானவை...

தொழிலாளர் சகோதரர் சகோதரிகளில் பலர் தங்களது முழுத்திறமையை அறியாமலும், தங்களாலும் தொடர்ந்து படித்து உயரிய பதவியை அடையமுடியும் என்ற நம்பிக்கை இல்லாமலும் இருப்பதைப் பார்க்க வேதனையாக இருந்தது. ஆனால் அவர்களிடம் அதிகமான உழைப்பு இருந்தது. இதை சற்று நெறிப்படுத்தி, அவர்களின் வாழ்க்கை முன்னேற்றத்திற்கு ஏதாவது செய்யவேண்டும் என்று தோன்றிய வண்ணம் இருந்தது. அப்பொழுது புங் தாய் நிறுவனத்தின் மூலம் கிடைத்த ஒரு வாய்ப்பை இந்த புத்தகம் எழுதுவதற்கு உபயோகப்படுத்திக் கொண்டேன். இந்த நிறுவனத்தின் தொழிலாளர் பிரதிநிதிகளுக்கு தொடர்ந்து பயிற்சி அளித்து வருகிறேன். இந்த புத்தகம், நான் எழுதிய கட்டுரைகள் பலவற்றில் இருந்தும், கற்றதில், கேட்டதில் இருந்தும், தோன்றியவை, புரிந்தவை ஆகியவற்றில் இருந்தும், எடுத்துத் தொடுத்து உருவாக்கப்பட்டது.

பரிசுத்தமாய்ப் பிறந்த ஒவ்வொரு உயிரும், பார்புகழும் உன்னதமாய் உயர்வதற்கு அடிப்படைத் தேவைகளான கருத்துக்களும், கோட்பாடுகளும், வழிகாட்டிகளும் இந்த புத்தகத்தில் குறிப்பிடப்பட்டு உள்ளன.

இவற்றை புரிந்து, தெளிந்து செயல்படுத்தினால், எவரும் அவரவர் தொழிலில், வாழ்வில், "சூப்பர் ஸ்டார்" ஆகலாம். இந்த புத்தகத்தை கவனமாக படியுங்கள். மீண்டும் மீண்டும் படியுங்கள். இதில் கூறப்பட்டுள்ள கருத்தினில் ஏதாவது குழப்பம் இருந்தால், என்னை பின் வரும் ஈமெயில் முகவரியில் தொடர்பு கொள்ளுங்கள்.

நீங்களும் சூப்பர் ஸ்டார் ஆக, எனது அட்வான்ஸ் வாழ்த்துக்கள்...!

பாசமுடன்,
வா. பிரசன்னா வெங்கடேசன்.
mynameisprasanna@gmail.com

சுயமுன்னேற்ற கீதம்

அன்பெனும் ஒருவார்த்தை அகிலத்தின் வேதமாகும்.
பண்பெனும் ஒருவார்த்தை அனைத்தையும் அழகாக்கும்
(அன்பெனும்...)
குறைவிலா கருணையது என்னிடம் பெருகவேண்டும்
நிறைவான பணிவே–அது என்றும் நிலைக்கவேண்டும்.

நிலையான வெற்றியினை நாம்சேர்ந்து நிறுவவேண்டும்.
உழைப்பெனும் உளிகொண்டு உலகையே மாற்றவேண்டும்.
(அன்பெனும்...)
நன்றிஎனும் நாதம்–அது நல்லோரை உருவாக்கும்.
ஒன்றேகுலம் உணர்ந்துவிடில் நம்வாழ்வை வளமாக்கும்.

எண்ணம் பரந்துவிட எல்லாமே புரிந்துவிடும்.
என்மனம் அழகாக இறைவா–உன் அருள்வேண்டும்.
(அன்பெனும்...)

(தினமும் காலையில் வீட்டிலும், அலுவலகத்திலும் இதைப் பாடலாமே.!)

பொருளடக்கம்

1. சிறந்த துவக்கம் — 13
2. சக்சஸ் பார்முலா — 19
3. இலக்கின் பயன் — 23
4. காத்திருந்து காத்திருந்து — 26
5. போதுமென்ற மனமே — 29
6. ஏற்றம் தரும் மாற்றம் — 33
7. மதிப்புருவாக்கம் — 36
8. முயற்சி திருவினையாக்கும் — 39
9. ஏழு நபர்கள், ஒரு கிராமம் ஒரு நகரம் — 42
10. எம்ப்டி பாக்ஸ் — 44
11. 3வி கோட்பாடு — 46
12. யாருக்காக? — 51
13. விரும்பாமல் ஒருநாளும் இருக்க வேண்டாம் — 55
14. யாரென்று தெரிகிறதா? — 57
15. தேக்கமும் ஊக்கமும் — 60
16. குறை ஒன்றும் இல்லை — 63
17. மணப்பாறை முறுக்கும் ஒரு பாடமும் — 65
18. வெற்றிக்கு இரண்டு மந்திரங்கள் — 67
19. தொழிலாளி மனம் — 69
20. சிறக்க ஒரு சிறுகதை — 72
21. போயே போச்சு..! It's Gone..! — 74

சிறந்த துவக்கம்

அதிகாலை நீங்கள் விழித்ததும் எப்படித் துவங்குகிறீர்கள் என்பதைப் பொறுத்து அந்த நாள் அமையும். ஒரு மனிதன் ஒவ்வொரு நாளையும் சிறப்பாகத் துவங்கினால், அவனுடைய வாழ்வும் சிறப்பாக இருக்கும் அல்லவா?

ஒவ்வொரு நாளையும் துவங்கும் சிறப்பான வழி தியானம் அல்லது மூச்சுப்பயிற்சி. இதில், மூச்சுப்பயிற்சி மிகவும் வலிமை வாய்ந்தது. மேலைநாடுகளில் இப்பொழுது அதிக மக்கள் நமது இந்திய நாட்டில் துவங்கிய பண்டைய கலையான மூச்சுப்பயிற்சியை தீவிரமாக செய்துவருகிறார்கள். நாம் தான் இதை மறந்துவிட்டோம்.

தினமும் மூச்சுப்பயிற்சி செய்வதால், உங்களது உடலில் பிராணசக்தி அதிகரித்து, உடலும் மனமும் அதிக உற்சாகத்தோடு நாள் முழுவதும் இருக்கும்.

எப்பொழுது செய்யவேண்டும்?

தினமும் எழுந்து பல் துலக்கிய பின், மூச்சுப்பயிற்சி செய்யவேண்டும். அதுதான் மிகச்சரியான நேரம். தினம் காலை மாலை இரண்டு வேளைகளிலும் செய்யலாம். இதற்கு கட்டுப்பாடு இல்லை. ஆனால் முழுப்பலன் கிடைக்க வேண்டும் என்றால், காலையில் செய்வது அவசியம்.

எப்படிச் செய்யவேண்டும்?

மூச்சுப்பயிற்சியில் பல வகைகள் உண்டு. இதில் நீங்கள் அன்றாடம் செய்யவேண்டிய முறைகளை குறிப்பிடுகிறேன்.

தரையில் ஒரு துண்டை விரித்து அதன் மேல் காலை மடித்து (சம்மணமிட்டு), தரையில் சாப்பிட உட்காருவது போல

அமருங்கள். உங்கள் முதுகு நேராக இருக்கவேண்டும். கூன் போட்டு அமரவேண்டாம். கண்களை மூடிக்கொள்ளவும்.

முதலாம் பயிற்சி:

ஆழமாக மூச்சை இழுத்து வேகமாக விடவும். அதிக காற்று உள்ளே இழுக்கப்பட்டு, அதை ஒரு வினாடி உள்நிறுத்தி, வேகமாக வெளியே விடவேண்டும். அதாவது மூன்று வினாடிகள் மூச்சை இழுத்து, ஒரு வினாடி நிறுத்தி, மூச்சை வேகமாக வெளியே விடவேண்டும். தொடர்ந்து குறைந்தது ஒரு நிமிடம் இதைச் செய்யவேண்டும்.

இரண்டாம் பயிற்சி:

இது 'கபால் பாதி' என்று அழைக்கப்படும் பயிற்சி. கபால் என்றால் தலை. இந்த பயிற்சி உங்கள் மூளைக்கு அதிக பிராண வாயுவை செலுத்தும்.

தொடர்ந்தது அரைவினாடி அளவுக்கு மூக்கின் வழியாக அழுத்தமாக காற்றை வெளியே விடவும். அதாவது அந்த அரை வினாடியிலேயே உங்கள் நுரையீரல் முழுதும் உள்ள காற்றை வெளிவிடுவது போல செய்யவும்.

மூச்சை தொடர்ந்து வெளியிட முடியாது அல்லவா? எனவே, ஒவ்வொருமுறையும் மூச்சை வெளியிட்ட உடனேயே நீங்களாகவே மூச்சை உள் இழுப்பீர்கள். மூச்சை உள்இழுப்பதில் கவனம் செலுத்தக் கூடாது. தொடர்ந்து அழுத்தமாக வெளியிட்டுக்கொண்டே இருக்க வேண்டும்.

இதை செய்வதில் குழப்பம் இருந்தால், youtube–ல் "kapal bhathi" என்று டைப் செய்து, எப்படி செய்வது என்ற செயல் விளக்கத்தை பார்க்கவும்.

மூச்சை வெளியிடும்போது உங்கள் வயிறு உள்ளே இழுக்கப்பட வேண்டும். (எல்லா பயிற்சியிலும் இப்படித்தான்). இதை ஒன்று அல்லது ஒன்றரை நிமிடங்கள் செய்யவும். துவக்கத்தில் இது கடினமாக இருக்கும். ஆனால் இது வலிமை வாய்ந்தது. உங்கள் மூளையை வளப்படுத்தும் ஒரு முறை.

இரத்த அழுத்தம் (BP) உள்ளவர்கள் இதை மருத்துவர் ஆலோசனையுடன் செய்வது நலம்.

மூன்றாம் பயிற்சி:

மூன்று வினாடிகள் மூச்சை மெதுவாக உள்ளே இழுத்து, மூன்று வினாடிகள் மூச்சை நிறுத்தி, பிறகு மூன்று வினாடிகள் மெதுவாக மூச்சை வெளியே விடவும். இதை நிதானமாக செய்யவும். உங்கள் கண்கள் மூடி இருக்க வேண்டும். கவனத்தை உங்களது நெற்றிப்பொட்டில் குவிக்கவும். அப்பொழுது உங்கள் மனது அமைதி அடையும். இதை தொடர்ந்து ஐந்து நிமிடங்கள் (குறைந்தது) செய்யவும்.

சூப்பர் பிரைன் யோகா:

மூச்சுப்பயிற்சி முடிந்ததும், எழுந்து இதைச் செய்யவும். உங்களுக்கு ஏற்கெனவே தெரிந்த யோகாதான் இது. இதன் முக்கியத்துவத்தை நாம் மறந்துவிட்டோம். ஆனால், மேலை நாடுகளில் இதை மிகவும் ஆச்சரியமூட்டும் அதிசய யோகாவாக பார்க்கிறார்கள்.

தோப்புக்கரணம் என சொல்லப்படும் உடற்பயிற்சிதான் இது. முதலில் உங்கள் இடது கையால், வலது காதின் தோடு

குத்தும் பகுதியை கட்டை விரல் மற்று ஆள்காட்டி விரலால் பிடித்துக் கொள்ளுங்கள். பிறது வலது கையால் இடது காதின் தோடு குத்தும் பகுதியை பிடித்துக் கொள்ளுங்கள்.

இப்பொழுது உட்கார்ந்து எழுந்து ‘தோப்புக்கரணம்’ போடுங்கள். ஒரு முக்கியமான விஷயம், உட்காரும் பொழுது மூச்சை உள்ளிழுக்க வேண்டும். எழும் பொழுது மூச்சை வெளியிடவேண்டும்.

இவற்றை தொடர்ந்து செய்து வந்தால், ஆச்சரியமூட்டும் பலன்கள் கிடைக்கும்.

அடுத்தது உறுதிப்பாடு வாக்கியங்கள். இந்த வாக்கியங்களை தினமும் காலை வாய்விட்டு சொல்லிவர, நேர்மறைச் சிந்தனை மேலோங்கும். நமது மனதில் உள்ள தீய எண்ணங்கள் அகன்று, நமது இலக்கின் மீது கவனத்தைக் குவிக்க உதவும். விளையாட்டாக இருந்தாலும், இந்த பயிற்சி வீரியம் மிக்கது.

உறுதிப்பாடு வாக்கியங்கள்:

இந்தப் பூவுலகில் வாழ அருளிய இறைவனுக்கு நன்றி.

எனக்கு உடலும் உயிரும் தந்து, பெற்று வளர்த்த
தாய் தந்தைக்கு நன்றி.

என் ஆசான்களுக்கு நன்றி.

எனக்கு உடன்பிறந்தோருக்கும், உடன்பிறப்பாய்
அமைந்தோருக்கும் நன்றி.

என் உணர்வில் கலந்த நட்பூக்களுக்கும் நன்றி.

எனக்கு வழிகாட்டியோருக்கும், வாழ்த்தியோருக்கும் நன்றி.

என்னுடன் இயங்கும் இயற்கைக்கும், அதன் எல்லாப்
படைப்புக்களுக்கும் நன்றி.

நான் இறைவனின் உன்னதப் படைப்பு.

நான் இயற்கையின் அற்புத சக்தியின் வெளிப்பாடு.

என்னிடம் அளப்பரிய ஆற்றல் உள்ளது.

என்னிடம் பேரறிவும், பேரானந்தமும் உள்ளது.

என் ஆழ்மனதில் அன்பும் அமைதியும் உள்ளது.

நான் சாதிக்கப் பிறந்துள்ளேன்.

நான் வெற்றிபெறப் பிறந்துள்ளேன்.

நான் வழிகாட்டப் பிறந்துள்ளேன்.

நான் வரலாறு படைக்கப் பிறந்துள்ளேன்.

எனது வாழ்வில் மாற்றத்தை உருவாக்கும் உத்தி எனக்குத் தெரியும்.

உற்சாகத்தை வளர்த்து, உறுதியுடன் உழைக்க எனக்குத் தெரியும்.

எனது வளர்ச்சிக்கு தேவையானவற்றை தேடிக் கற்கும் வழி எனக்குத் தெரியும்.

நான் அன்பு மிக்கவன்(ள்).

நான் அறிவு மிக்கவன்(ள்).

நான் ஆற்றல் மிக்கவன்(ள்).

நான் மகிழ்ச்சி மிக்கவன்(ள்).

நான் உறுதி மிக்கவன்(ள்).

நான் கடினமாக உழைப்பவன்(ள்).

நான் நேர்மையாக உழைப்பவன்(ள்).

நான் இலக்கு நோக்கி உழைப்பவன்(ள்).

நான் சாதுர்யமாக உழைப்பவன்(ள்).

எனக்குத் தேவையான அனைத்தையும் ஈர்க்கும் சக்தி என்னிடம் உள்ளது.

எனது மனம் ஒரு காந்தம் போல் செயல்பட்டு, எனது வெற்றிக்குத் தேவையான அனைத்து விஷயங்களையும், எனது வெற்றிக்கு உதவும் அனைத்து மனிதர்களையும் என்னருகே கவர்ந்து இழுக்கின்றது.

எனது குறைகளை நான் அறிந்துள்ளேன். அவற்றை ஒவ்வொன்றாக நீக்கி வருகின்றேன்.

என்னை நான் மிகவும் மதிக்கின்றேன்.

எனது மனம் அழகானது.

எனது உடல் ஆரோக்கியமானது.

எனது உடலும், மனமும், எனது வெற்றி நோக்கிய பயணத்திற்கு முழு ஒத்துழைப்பு தருகின்றது.

தேவையற்ற காரணிகளில் இருந்து நான் விலகியே உள்ளேன்.

தேவையானவற்றை நான் தேடித் தேடி அடைகின்றேன்.

என்னுடைய இலக்கு எனக்கு மிகத் தெளிவாகத் தெரிகின்றது.

அதனை அடையும் வழிமுறைகளை நான் நன்கு அறிவேன்.

நான் அந்த இலக்கை அடைவது உறுதி.

எனது இலக்கில் இருந்து எனது கவனத்தை நான் ஒருபோதும் அகற்ற மாட்டேன்.

சரியான திட்டமிட்டு, சரியான உழைப்பைக் கொடுத்து, சரியான பாதையில் சென்று, சரியான நேரத்தில் எனது இலக்கை அடைவேன்.

வெற்றி பெறுவது எனக்கு மிகவும் பிடிக்கும்.

வெற்றிபெறுவது என்னை தன்னம்பிக்கை

மிக்கவனா(ளா)க மாற்றும்.

வெற்றிபெறுவது என்னை, அடுத்த பெரிய இலக்கிற்கு தயார்படுத்தும்.

ஒவ்வொரு வெற்றிக்குப் பின்னும், அடுத்த பெரிய இலக்கை நான் தீர்மானிக்கின்றேன்.

எனது நட்பும், கற்றலும், நேரச்செலவும், பொருட்செலவும், எப்பொழுதும் எனது இலக்கு நோக்கிய பயணத்திற்கு உதவுவதாகவே உள்ளது.

பிறர் மனம் புண்படாமல் எனது எண்ணத்தை நிறைவேற்றும் வழிமுறைகளை நான் அறிவேன்.

ஒவ்வொரு நாளும் எனது புதிய வாய்ப்பு. அதை நான் மிகச் சரியாக பயன்படுத்துவேன்.

என்னைச் சேர்ந்தவர்களுக்கு நான் சிறந்த வாழ்க்கை முறையை அமைத்துக் கொடுப்பேன்.

எனது மனதில் ஒருபோதும் சோர்வு ஏற்படாது.

நான் நினைத்தது நிறைவேறும். இது உறுதி.

எல்லாம் வெற்றி.. எதிலும் வெற்றி..

வெற்றி... வெற்றி...

* * *

சக்சஸ் பார்முலா

வெற்றி பெற்ற அனைவரும் வெற்றியாளர்களாக பிறந்ததில்லை. உங்களைப்போல, என்னைப்போல ஒன்றும் அறியாத குழந்தைகளாகத்தான் அவர்களும் பிறந்தார்கள். அவர்களுள் பெரும்பாலானவர்கள் மிகச் சாதாரண குடும்பத்தில் பிறந்தவர்கள்தான். அரசு உதவி பெறும் பள்ளியில் பயின்றவர்கள்தான். இன்னும் சொல்லப்போனால், வாழ்க்கையில் "சூப்பர் ஸ்டார்" ஆன பலருடைய குழந்தைப் பருவ வாழ்க்கை மிகவும் கொடுமையானதாக இருந்துள்ளது. சாப்பாட்டிற்கே கஷ்டப்பட்ட பலர் மாபெரும் மனிதர்களாக வளர்ந்தது ஒன்றும் 'லக்' இல்லை.

அது ஒரு குறிப்பிட்ட 'பார்முலாவை' சார்ந்துள்ளது. வெற்றியாளர் பலருக்கு அந்த பார்முலா தானாகவே புரிந்து இருந்தது. அதை அவர்கள் விடாப்பிடியாக பின்பற்றினார்கள். அந்த பார்முலா நமக்கும் தெரிந்து விட்டால், நாமும் அதைப் பயன்படுத்தி நமது வாழ்வில் 'சூப்பர் ஸ்டார்' ஆகலாம் அல்லவா?

இதற்குப் பெயர்தான் 'பழக்குவது'. நாம் ஒரு குறிப்பிட்ட "பார்முலா வாழ்க்கைக்கு" பழகிவிட்டோம். அதனால்தான் நம்முடைய வாழ்வும் மற்றவரைப் போல ஒரு குறிப்பிட்ட எல்லைக்குள் சுழன்றுகொண்டு இருக்கிறது. நம்மை வளரவிடாமல் செய்கிற அந்த 'நெகடிவ்' பார்முலாவை (பார்முலா என்றால் சூத்திரம் என்று அர்த்தம்) வேறு ஒரு பாஸிடிவ் பார்முலாவை வைத்துதான் நீக்க முடியும்.

அப்படி புதியதாக நாம் பழகும் ஒரு 'பார்முலா', வெற்றியாளர்களின் 'பார்முலாவாக' இருக்க வேண்டியது மிக மிக அவசியம். ஒரு கண்ணாடி டம்ளரில் பேனா மை (இங்க்) கலந்த தண்ணீர் இருக்கிறது என்று வைத்துக்கொள்ளுங்கள். இப்பொழுது அதைக் குடிக்க முடியுமா?

அது குடிக்க லாயக்கு இல்லாத 'அசுத்தமான' தண்ணீர். இந்த நிலையில், நீங்கள் அந்த கண்ணாடி டம்ளரில் உள்ள தண்ணீரை குடிக்க வேண்டும் என்றால், அதை சுத்தமான தண்ணீரால் தொடர்ந்து நிரப்ப வேண்டும்.

இப்பொழுது ஒரு கோப்பை நிறைய நல்ல குடிநீரை எடுத்துக்கொண்டு, அந்த அசுத்த தண்ணீர் உள்ள கண்ணாடி டம்ளரில் தொடர்ந்து ஊற்றுங்கள். டம்ளரில் உள்ள அசுத்தமான தண்ணீர் நிரம்பி வழியும், தொடர்ந்து ஊற்றுவதால், டம்ளரில் உள்ள தண்ணீரில் அசுத்தம் கொஞ்சம் கொஞ் சமாக வெளியேறும்.

சிறிது நேரத்தில், டம்ளர் முழுதும் நல்ல தண்ணீரால் நிரம்பும். நீங்களும் இப்போது அந்த டம்ளரில் உள்ள தண்ணீரைக் குடிக்கலாம். இதுதான் புது வெற்றிச் சூத்திரத்தை நிரப்பி, வாழ்வில் வெற்றிபெறும் வழி. இப்பொழுது கூறப்படும் பார்முலாவை தொடர்ந்து செயல்படுத்தினால், பழைய வேண்டாத பார்முலா வெளியேற்றப்பட்டு, வெற்றி பார்முலா உங்களை 'சூப்பர் ஸ்டார்' ஆக்கும்.

சக்சஸ் பார்முலா:

1. உங்கள் வாழ்நாள் கனவாக ஒரு மிகப்பெரிய கனவை உருவாக்குங்கள். அதை அடைந்து விடுவீர்கள் என்று ஆழ்மனதில் நம்புங்கள்.

2. இப்பொழுது உங்களுக்கான சிறிய இலக்கைத் தேர்ந்தெடுங்கள். உங்களது சிறிய இலக்கு, உங்கள் வாழ்நாள் கனவை நோக்கி இருக்க வேண்டும். நீங்கள் உங்கள் நிறுவனத்தின் 'ஜி.எம்.' ஆக வேண்டும் என்பது உங்களது வாழ்நாள் கனவாக இருந்தால், உங்கள் தொழிலில் அடுத்த நிலைக்கு ப்ரமோஷன் ஆக வேண்டும் என்பது சிறிய இலக்காக இருக்க வேண்டும்.

3. உங்களது அன்றாட பழக்கங்களில் எவை உங்களது நேரத்தையும், பணத்தையும், உடல் நலத்தையும் கெடுக்கின்றன என்பதை அடையாளம் காணவேண்டும். அவற்றை ஒன்றன்பின் ஒன்றாக நீக்க வேண்டும். அப்படி நீக்குவது, தண்ணீர் நிரப்பும் வழியில் செய்ய வேண்டும். அதாவது, உங்களுக்கு தேவையற்ற பழக்கங்கள் இருந்தால், அவற்றை நல்ல பழக்கங்களைக் கொண்டு நீக்க வேண்டும். இல்லை என்றால் அவற்றை நீக்குவது கடினம்.

4. இப்படி நீங்கள் புதிதாக ஏற்படுத்தும் நல்ல பழக்கங்கள், உங்கள் கனவை அடைவதற்கு உதவுவதாக இருக்கவேண்டியது அவசியம். உதாரணத்திற்கு, நீங்கள் 'ஜி.எம்.' ஆக வேண்டும் என்று நினைத்தால், உங்களுடைய புதிய பழக்கம், மேற்படிப்பிற்கு நேரம் செலவிடுவதாக இருக்கவேண்டும் அல்லவா? நீங்கள் தினமும் இரண்டு மணி நேரம் டிவி பார்கிறீர்கள் என்றால், அது தேவை இல்லை என்றால், அந்த இரண்டு மணி நேரத்தில் உங்களைத் தகுதிப் படுத்தும் மேற்படிப்பிற்கு ஒதுக்கிவிட்டால், மீண்டும் டிவி பக்கம் தலைவைத்து படுக்க மாட்டீர்கள் அல்லவா?

5. ஒரேமாதிரி சிந்தனை உள்ளவர்கள் நட்பைத் தேடிப் பிடியுங்கள். இது உங்களை இலக்கில் இருந்து விலகிவிடாமல் பார்த்துக் கொள்ளும். மேலும், இலக்கை அடைய உதவி செய்யும். ஒரேமாதிரி சிந்தனை என்றால், உங்களைப்போலவே முன்னேறத் துடிப்பவர்கள் மற்றும் முன்னேறியவர்கள் நட்பைப் பெறவேண்டும். இது கொஞ்சம் கஷ்டம்தான். ஏனென்றால், கெட்டவர்களின் நட்புதான் ஈசியாக கிடைக்கும்.

6. ஒரு நேரத்தில், ஒரே இலக்கோடு செயல்படுங்கள். அடிக்கடி உங்கள் இலக்கை மாற்றாதீர்கள். அடிக்கடி நமது ஆசை மாறுவது முன்னேற்றம் தராது.

7. உங்கள் சிறிய இலக்கை அடைந்துவிட்டால், அடுத்ததாக ஒரு பெரிய இலக்கை தீர்மானிக்க வேண்டும். உங்கள் கனவை அடைந்து விட்டால் அத்தோடு நிறுத்திக் கொள்ளாமல், அடுத்த கனவை தேர்ந்தெடுங்கள். ஒரு சினிமா பாடலில் வருவது போல, 'நாம் ஓய்வாகப் படுப்பது, அது கல்லறையில் கிடைப்பது'. இப்படி உழைத்தவர்கள்தான் வரலாற்றில் இடம்பெற்று இருக்கிறார்கள். இவர்கள்தான் 'சூப்பர் ஸ்டார்' மனிதர்கள்.

இந்த ஏழு விஷயங்கள்தான் எந்த ஒரு சாமானிய மனிதனையும் வெற்றியாளனாக மாற்றும் 'பார்முலா'. இப்பொழுது உங்களிடம் இந்த பார்முலா ரெடி. பிறகென்ன? நீங்களும் விரைவில் 'சூப்பர் ஸ்டார்'தானே?

* * *

இலக்கின் பயன்

Goal Setting என்பது இன்றைய உலகின் ஒரு முக்கிய அம்சமாக இருக்கிறது. பலர் இதற்கான பயிற்சி வகுப்புகளுக்கும் செல்கிறார்கள். அதே சமயம், இலக்கை தீர்மானிப்பதன் மூலம் அவர்களுக்கு கிடைக்கும் பலன்கள் தெளிவாக தெரிந்தால் மட்டுமே அந்த வகுப்புகளினால் பலன் கிடைக்கும்.

இலக்கை தீர்மானிக்கும் பல்வேறு பயிற்சி வகுப்புகளின் தாக்கம் ஓரிரு நாட்களுக்கு மேலாக இருப்பது இல்லை. மீண்டும் நாம் பழைய வாழ்க்கை முறைக்கே திரும்பி விடுகிறோம். இந்த குறையை நீக்குவதற்காக, நான் எனது பயிற்சி வகுப்புகளில் இலக்கின் பயனை பின் வருமாறு விளக்குவேன். இந்த விளக்கம் உங்களை சிந்திக்க வைக்கும்.

கேள்வி: பக்கத்தில் இருக்கும் டீ கடைக்கு எப்படி செல்வீர்கள்?

பதில்: நடந்து அல்லது பைக்.

கேள்வி: பக்கத்து பேருந்து நிலையத்துக்கு?

பதில்: பைக், ஆட்டோ, கார் அல்லது பேருந்து.

கேள்வி: வேறுஒரு ஊருக்கு?

பதில்: கார், இரயில் அல்லது பேருந்து.

கேள்வி: மும்பைக்கு? (சென்னையில் இருந்து)

பதில்: இரயில் அல்லது விமானம்.

கேள்வி: லண்டனுக்கு?

பதில்: விமானம்.

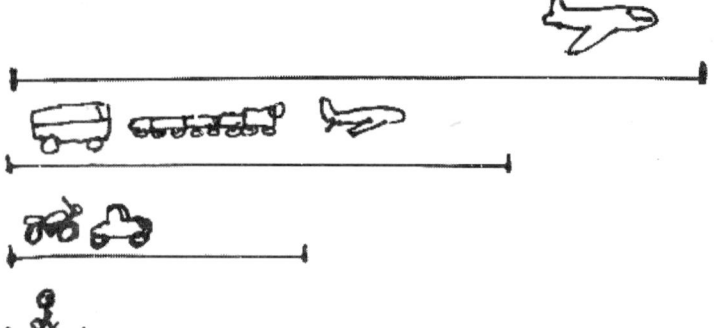

இந்த கேள்வி பதிலில் உள்ள மாற்றத்தை கவனித்தீர்களா? இலக்கின் தூரம் அதிகரிக்க அதிகரிக்க, பயணிக்கும் முறையில் மாற்றம் வருகிறது அல்லவா? நாம் மாறவில்லை. ஆனால் நமது இலக்கு மாறும்போது, நமது பயண முறையும் மாறுகிறது.

இதுபோலத்தான், நமக்கு பெரிய இலக்கு இருந்தால் நம்மிடம் முன்னேறுவதற்கு தடையாக உள்ள தேவையற்ற பழக்கமும் போய்விடும். மேலும் முன்னேறுவதற்கு மிகவும் சரியான வழிமுறைகளை மட்டுமே நாம் கையாளுவோம்.

பிறகென்ன? வெற்றி உறுதிதானே?

மிக முக்கியமாக கவனிக்க வேண்டிய ஒன்று, சென்னையில் இருந்து மும்பைக்கு ஒருவர் ரயிலில் செல்ல இரண்டு நாட்கள் ஆகும்.

ஆனால், சென்னையில் இருந்து லண்டனுக்கு ஏரோப்ளேன் மூலம் சென்றால் பத்து மணிநேரத்தில் சென்று விடலாம்.

இதன் மூலம் என்ன தெரிகிறது? பெரிய இலக்கு உள்ளவர்கள், சிறிய இலக்கு உள்ளவர்களை விட மிக விரைவில் வெற்றி பெறுகிறார்கள். ஏனென்றால், அவர்கள் பயணிக்க தேர்வு செய்வது விமானம். அதாவது அவர்கள் வாழ்வில் கடைபிடிக்கும் பழக்கங்கள் உன்னதமாக உள்ளது. எனவே தான் அவர்கள் சீக்கிரம் வெற்றி அடைகிறார்கள். இது புரியாமல்தான் நாம் 'சொம்படிச்சு முன்னேறிட்டான்யா' என்று சொல்லி ஆறுதல் அடைகிறோம்.

எனக்குத் தெரிந்த ஒரு நபர், அண்ணா யுனிவர்சிட்டியில் B.E. படித்துவிட்டு, ஒரு பெரும் நிறுவனத்தில் பணியில் சேர்ந்தார்.

அருமையான நிறுவனம், அற்புதமான பதவி, அட்டகாசமான சம்பளம். ஆனால் அவர் இலக்கு அதைவிட அதிகமாக இருந்தது. அத்துடன் தனது முயற்சியை நிறுத்திவிடாமல், மேற்படிப்பிற்கு தகுதி பெற தொடர்ந்து படித்தார். ஒரு பெரும் கல்லூரியில் மேற்படிப்பு படிக்க வாய்ப்பும் கிடைத்தது.

சிறிதும் யோசிக்காமல் வேலையை ராஜினாமா செய்துவிட்டு, இரண்டாண்டுகள் மேற்படிப்பு படிக்கச் சென்றுவிட்டார். நான் உட்பட அனைவருமே அவரின் இந்த செயலை நினைத்து குழம்பித்தான் போனோம். அனால், நான்கு வருடங்கள் கழித்து அவரை சந்திக்கும் வேளையில், அவர் முன்பைவிட மிக உயர்ந்த பதவியில் இருந்தார். அவருடைய வருமானமும் சிலமடங்கு உயர்ந்து இருந்தது. இதுதான் ஒரு உண்மையான இலக்கின் தூண்டுதல்.

என்ன நான் சொல்வது சரிதானே?

* * *

காத்திருந்து காத்திருந்து..

4-2-2014 அன்று, மேலை நாட்டில் இருக்கும் எனது நண்பருடன் பேசிக்கொண்டிருந்தேன். அவர், என்னுடைய புத்தகம் "விற்க அதற்குத் தக"-விற்கு எத்தனை நாளில் ஐ.எஸ்.பி.எண். நம்பர் கிடைத்தது என்றார். ஒரு மாதங்களுக்கு மேலும் ஆயிற்று என்றேன். 'ஓ மை காட்' என்றார்.

இங்கு ஒரு நிறுவனத்தை பதிவு செய்ய எத்தனை நாள் ஆகும் என்றார். அது 'புரோக்கரைப் பொறுத்து' என்றேன். அதற்கும் 'ஓ மை காட்' என்றார். பின்னர் வேறு ஏதோ பேசிக்கொண்டு இருந்தோம்.

சிறிது நேரம் கழித்து, 2012-ம் வருடம் டெல்லி சென்றதைப்பற்றி நினைத்துப் பார்த்தேன். சென்னையில் இருந்து டெல்லிக்கு இரண்டு இரவுகள் ஒரு பகல் இரயில் பயணம். (இரயில் மூன்றரை மணி நேரம் தாமதம் வேறு.) டெல்லியில் இரண்டு நாட்கள். பின்னர் சுமார் பதினாறு மணி நேரம் பயணத்தில் வாரணாசி. அங்கு இரண்டு நாட்கள். அங்கிருந்து மீண்டும் பதினாறு மணி நேரப் பயணத்தில் டெல்லி. அங்கு ஒரு நாள் இருந்து அக்ஷர்தாம் கோவில் தரிசனம்.

அடுத்த நாள் கார் வாடகைக்கு அமர்த்தி, ஆக்ரா, துவாரகா ஆகியவற்றைக் கண்டு விட்டு அன்று இரவே ஹரித்வார் பயணம். ஹரித்வாரில் ஒரு நாள், ரிஷிகேஷில் ஒருநாள். பின்னர் மீண்டும் டெல்லி. அங்கிருந்து இரு இரவு, ஒரு பகல் பயணத்தில் மீண்டும் சென்னை.

இப்போது மொத்த பயண நாட்கள் பதிமூன்று. அதில் பயணம் மட்டும் ஐந்து நாட்கள். நான் விமானத்தில் பயணித்து இருந்தால் இந்த பயணத்தை எட்டு நாட்களில் முடித்து இருக்கலாம். ஆனால் விமானத்தை விட இரயில் பயணம்

மிகவும் மலிவானது. எனவே, வசதி இருப்பவன் எட்டு நாளில் வாழ்வதை வசதி இல்லாதவன் வாழ பதிமூன்று நாட்கள் எடுத்துக் கொள்வானா? அப்போது வறுமையில் இருப்பவன் அந்த வாழ்வை நினைத்துக் கூட பார்க்க முடியாது அல்லவா?

இப்போது என் நண்பர் சொன்ன "ஓ மை காட்"-ற்கு வருவோம். மேலை நாட்டில் ஒரு நிறுவனம் துவங்க மூன்று மணி நேரம் போதும். இங்கு சராசரி ஐம்பது நாட்கள். அங்கு ஐ.எஸ்.பி.எண். எண் வாங்க ஒரு மணி நேரம் போதும் என்றார். இங்கு ஒரு மாதத்திற்கு மேலாக. அங்கு வருமான வரி செலுத்தியதை திரும்பப் பெறுவது தானாகவே நடக்கும். இங்கே நடையா நடக்கணும். இப்பொழுதுதான் ஆன்லைன் கொண்டு வந்து இருக்கிறார்கள்.

இப்படி பல்வேறு வாழ்க்கை நிகழ்வுகளை ஒப்பிட்டுப் பார்த்தால், ஒரு மேலை நாட்டவருக்கு அங்கு ஒரு வேலையை முடிக்க ஆகும் நேரத்தை விட, ஒரு சராசரி இந்தியனுக்கு ஒரு வேலையை முடிக்க இங்கு ஐம்பது மடங்கு நேரம் ஆகிறது.

அதாவது மேலை நாட்டவனை விட ஒரு சராசரி இந்தியன் காத்திருப்பதில் அதிக வாழ்க்கையை வீணடிக்கிறான். சுருக்கமாக சொல்லப்போனால் ஒரு மேலை நாட்டவன் இருபது வருடங்களில் வாழ்வதை ஒரு இந்தியன் குறைந்தது ஐம்பது வருடங்களில்தான் வாழ்ந்திருப்பனோ என்று தோன்றுகிறது.

இதனால்தானோ நம்முடைய பணத்தைவிட அவர்கள் பணம் சராசரி ஐம்பது மடங்கு அதிகம் உள்ளது? ஆமாம் இதற்கும் நமக்கும் என்ன சம்மந்தம் உள்ளது? என்று நீங்கள் நினைப்பது புரிகிறது.

"காத்திருப்பதில் நேரத்தை வீணடிப்பதால், நமது வாழ்க்கை வீணாகிறது". ஒருவர் தனது நேரத்தை சரியாக பயன்படுத்துவதால், பிறர் அடையும் வெற்றியை சீக்கிரமே அடையலாம். சிறிய செலவின் மூலம் சில மணித்துளிகளை சேமிக்க முடியும் என்றால் தயங்காதீர்.

உங்கள் வேலைக்கு, கனவை அடையும் பழக்கத்திற்கு முக்கியத்துவம் கொடுங்கள். அவற்றை முடித்த பின்னால்தான் மற்ற விஷயம் என்று தீர்மானமாக முடிவெடுங்கள். ஏனென்றால், பத்துபைசா பிரயோஜனம் இல்லாத விஷயங்களுக்கு நாம் அதிக நேரம் செலவழிக்கிறோம்.

ஒரு சர்டிபிகேட் வாங்க மூன்றுநாள் லீவு அவசியமா? அதைச் செய்யும் புரோக்கர் ஒருவர் இருந்தால், அவருக்கு நூறு இருநூறு செலவழித்தாலும் பரவாயில்லை என்று வேலைக்குச் செல்லுங்கள். உங்களது ஒவ்வொரு மணிநேரமும் பணமாக மாறவேண்டும். அல்லது முன்னேற்றத்திற்கு முதலீடாக மாறவேண்டும்.

உங்களது நிறுவன மேலதிகாரிகளை சற்று கவனியுங்கள். ஒவ்வொரு வேலையைச் செய்வதற்கும் அதற்கான ஆட்களை நியமித்து உள்ளார்கள் அல்லவா? அவர்கள் மிக முக்கிய வேலைகளில் மட்டும் கவனம் செலுத்தி, மற்றவற்றை பிறரிடம் ஒப்படைத்து வேலை நடக்கிறதா என்று மட்டும் கண்காணிக்கிறார்கள் அல்லவா? இதுதான் ஒரு வெற்றியாளர் மனநிலை.

எனவே நீங்களும் வெற்றியாளர்கள் ஆகவேண்டும் என்றால், முக்கியமற்ற வேலைகளை உங்கள் குடும்பத்தில் உள்ள மற்றவரிடமோ, நண்பர்களிடமோ, அதற்கென உள்ளவர்களிடமோ விட்டுவிட்டு வேலையிலும், முன்னேற்றத்திலும் கவனம் செலுத்துங்கள்.

* * *

போதுமென்ற மனமே

அந்திவேளை, சிறுதூறல், மெல்லிய குளிர் தென்றல், உங்கள் உடலில் சிறு நடுக்கம். இப்போது ஒரு கப் சூடான டீயும், இரண்டு சூடான பஜ்ஜியும் இருந்தால் எப்படி இருக்கும்?

இது மகிழ்வைத் தரும். ஆனால் இந்த மகிழ்வு நிரந்தரமாக இருக்குமா? மனிதரில் பலருக்கு மகிழ்ச்சிக்கும், திருப்திக்கும் வித்தியாசம் தெரிவதில்லை. நீங்கள் சென்றமுறை விரும்பி ருசித்த உணவை இப்போது அதே உணர்வுடன் ஞாபகப் படுத்திக்கூட பார்க்க முடியாது. இந்த வித்தியாசம் தெரியாத காரணத்தால் தான் பணக்காரர்கள் ஏழைகள் என்ற பிரிவினை உள்ளது. மேலும், இவை இரண்டிற்கும் உள்ள இடைவெளி நிரந்தரமாக இருக்கிறது.

பலர் சிறு சிறு சந்தோஷங்களுக்கு திருப்திப்பட்டு ஏழைகளாக இருக்கிறார்கள். மிகச் சிலரே திருப்திக்கான இலக்கை பெரிதாக்கி அதை அடைந்துவிட்டு பின் மகிழ்ச்சி கொள்கிறார்கள். ஆனால் பெரும் வெற்றியாளர் தனது திருப்தியை கூட திருத்தி மீண்டும் ஒரு பெரும் இலக்கை வைத்து தனது திருப்தி மனநிலையை அழித்துவிட்டு, மீண்டும் உழைக்கத் தொடங்கிவிடுகிறார். ஒரு அமெரிக்க மேஜிக் நிபுணர் சொல்வார், "நான் தினமும் போர்ப்ஸ் இதழில் பணக்காரர்கள் பட்டியலில் என் பெயர் இருக்கிறதா என்று பார்ப்பேன். இருக்காது. உடனேயே வேலைக்கு கிளம்பிவிடுவேன்" என்று.

பெரும்பான்மையான தொழிலாளர்கள் நிம்மதி இன்றி அலைவது ஏனென்றால், அவர்களை உழைக்கத் தூண்டுவது, வேலைக்கு செல்லவைப்பது, ஒரு வெளிப்புறக் காரணியாகவே இருக்கிறது.

"அப்பாடா நமக்கு ஒரு வேலை இருக்கிறது" என்று எண்ணி ரிலாக்ஸ் செய்ய ஆரம்பித்துவிடுவார்கள். அவர்களுக்கு அடுத்த மாதமும் சம்பளம் வரும் என்று தெரியும். ஆனால் வாழ்வின் நிலையின்மையை அவர்கள் புரிந்து கொள்வதே இல்லை.

ஏ. ஆர். ரஹ்மான்:

இவர் மிகக் குறைந்த வயதிலேயே பெரும் இசையமைப்பாளர்களுக்கு கீபோர்ட் இசைக்கத் துவங்கிவிட்டார். பலர் ஒரு இசைக் கலைஞராகவே வாழ்வை முடித்துக்கொள்கையில், இவர் அதில் திருப்தி அடையவில்லை. இசைக்கலைஞனுக்கு தனக்கென ஒரு பெயர் கிடைக்காது. இதைப் புரிந்துகொண்டு அவர் "இசையமைப்பாளர்" என்கிற பதவிக்கு ஆசைப்பட்டு, சினிமாவை விட எளிதில் கிடைக்கும் வாய்ப்பான விளம்பரப்படங்களுக்கு இசை அமைக்கத் தொடங்கினார்.

இப்படி ஒவ்வொரு கால கட்டத்திலும், அவர் சிறிய விஷயங்களுக்கு திருப்திப்படாமல், தன் மனதை மகிழ்வுடன் வைத்திருந்து, சிறு சிறு நகர்வுகளாக மேல் நோக்கித்தான் இன்று உலக இசை நாயகனாக இருக்கிறார்.

இதை வேறுமாதிரி சொல்லவேண்டும் என்றால், மகிழ்ச்சி என்பது அவசியமானதாகவோ அவசியம் இல்லாததாகவோ இருக்கும். அவற்றால் கிடைக்கும் ஆனந்தம் அல்லது மகிழ்ச்சி நிரந்தரமல்ல. திருப்தி என்பது ஒரு பேருணர்வு. எந்த ஒரு விஷயத்தில் ஒருவர் திருப்தி அடைந்துள்ளாரோ, அந்த விஷயத்தில் அவர் உச்சபட்ச சந்தோஷத்தை அடைந்துவிட்டார் என்று அர்த்தம். இந்த உச்சத்தை நாம்தான் தீர்மானிக்கிறோம்.

இதில்தான் நமது வாழ்க்கை முழுவதும் தீர்மானிக்கப்படுகிறது. "போதும் என்ற மனமே பொன் செய்யும் மருந்து" என்று பெரியவர்கள் சொன்னார்களே? நாம் இப்படி அடுத்து அடுத்து என்று போய்க்கொண்டே இருந்தால் நல்லதல்ல என்று சிலர் உங்களுக்கு உபதேசம் செய்யலாம். உண்மை என்னவென்றால், இந்த உபதேசம் இந்தக் காலத்துக்கு அல்ல. நாம் ஒரு சாதாரண வாழ்வை வாழவேண்டும் என்றாலே, இன்று அதிக பணம் தேவைப்படுகிறது.

அன்று மருத்துவர் மருத்துவம் செய்துவிட்டு இருப்பதைக் கொடு என்றார். இன்று மருத்துவர் நான் கேட்பதைக் கொடு என்று அல்லவா சொல்கிறார்?. அன்று பள்ளிக்கு கட்டணம் செலுத்தினோம். இன்று பள்ளிக் கட்டடத்திற்கும் சேர்த்தல்லவா கட்டுகிறோம்?

எனவே "போதும் என்ற மனமே புண் செய்யும் மருந்து" என்றுதான் நாம் இன்றைய சூழலில் வாசிக்கவேண்டி உள்ளது.

பெரும் இலக்கிற்காக, பெரும் வசதிக்காக நீங்கள் உழைக்கும்போது, இழப்பது பெரும்பாலும் தேவையற்ற பழக்கங்களாகவே உள்ளது. நான் தினமும் மாலை வேளையில் எனது நண்பர்களுடன் நேரம் செலவிடுவதை நிறுத்தினேன். எனக்கு புத்தகம் படிப்பதற்கு மட்டுமல்ல, புத்தகங்கள் எழுதவே நேரம் கிடைத்தது.

உமது வாழ்க்கை ஒரு முட்டை மாதிரி. "ஒரு முட்டையை வெளிப்புற சக்தி உடைத்தால், ஒரு உயிர் இறக்கும். அதே முட்டையை ஒரு உள்ளிருக்கும் சக்தி உடைத்தால் ஒரு உயிர் பிறக்கும்".

எனவே, உங்களுக்கு கண்முன்னால் இருக்கும் இன்சென்டிவ், இன்கிரீமென்ட், புரோமோஷன் ஆகிய எதையும் விட்டுவைக்காதீர்கள். உங்களுக்கு கிடைத்துள்ள வேலை ஒரு

வாய்ப்பு. அதைப் பயன்படுத்தி எவ்வளவு உழைக்க முடியுமோ, அவ்வளவு உழைக்க வேண்டும். எவ்வளவு சம்பாதிக்க முடியுமோ அவ்வளவு சம்பாதிக்க வேண்டும்.

வயதான காலத்தில் மற்றவர்கள் உங்களை "கிழவா/ கிழவி" என்று கூப்பிடுவதற்கும், "பெரியவரே/அம்மா" என்று கூப்பிடுவதற்கும் உங்கள் வசதிதான் காரணம். அதற்கு இப்பொழுது 'காற்றுள்ள போதே தூற்றிக்கொள்ள வேண்டும்'.

* * *

ஏற்றம் தரும் மாற்றம்

வெற்றியாளர்களின் பொதுப் பண்புகளைப் பற்றி தொடர் ஆராய்ச்சி செய்து வருகிறேன். அவர்களுக்குள் நிறைய ஒற்றுமைகள் இருக்கின்றன. கனவு, கடின உழைப்பு, தேவையற்ற விஷயங்களில் இருந்து விலகி இருத்தல், கனவை அடைய நிபந்தனையின்றி சரணடைதல் (Unconditional Surrender), கனவை அடைய எதையும் இழக்கத் துணிதல், தொடர் போராட்டம் இன்னும் பல உள்ளன.

அவற்றுள் எளிதான ஒரு பொதுப் பண்பு "குன்றா உற்சாகம்". வெற்றியாளர்கள் எது இருந்தாலும், இல்லை என்றாலும், அதீத உற்சாகத்தோடு இருக்கிறார்கள். அதிலும், அவர் துறை சார்ந்த விஷயம் என்றால் அவர்களுக்கு, தூக்கமோ, பசியோ, சோர்வோ வருவதே இல்லை.

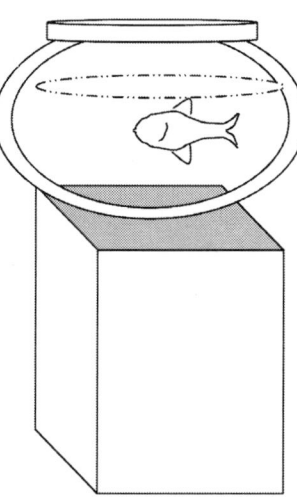

தமஸ் ஆல்வா எடிசன், கார்பன் இழைகளுக்கு இடையே மின்சாரம் செலுத்தி அதில் இருந்து வெளிச்சம் கொண்டுவர, (நாம் உபயோகிக்கும் பல்பு) பல ஆயிரம் முறை தொடர்ந்து விடாப்பிடியாக (some sources say 10000+ times) முயற்சி செய்தார். நம்பிக்கையும் உற்சாகமும் இல்லாமல் இது சாத்தியம் இல்லை.

பலருக்கு இயற்கையிலேயே இந்த "உற்சாகம்" இருப்பது இல்லை. நானும் ஒரு சோம்பேறி தான். உற்சாகம் தொடர்ந்து இருந்தால் தான் வெற்றி நிச்சயம். எப்படி நமக்கு செயற்கையாக உற்சாகத்தை வரவழைப்பது?

அது தான் "மாற்றம்" என்கிற கோட்பாடு. "The theory of Change".

நீங்கள் ஒரு புது சட்டை அணிந்தால் அன்றுமட்டும் சிறப்பாக உணர்வீர்கள் அல்லவா? ஒரு ஜோடி புது காலணி உங்கள் நடைக்கு உற்சாகத்தைத் தரவில்லையா? வருடம் தோறும் வரும் தீபாவளி அன்று உங்களை உற்சாகம் தொற்றிக்கொள்வதில்லையா? புதிதாக தலை முடிக்கு டை அடித்த அன்று இளமையாக தோன்றுவதில்லையா? புதிய வாகனம், புதிய பைக், புதிய மொபைல் போன், புதிய ஹேர் ஸ்டைல் அவ்வளவு ஏன், ஒரு புதிய கைக்குட்டை கூட உங்களுக்கு உற்சாகத்தைத் தரவல்லது.

இதுதான் "தியரி ஆப் சேன்ஜ்". இந்த கோட்பாடு விளங்கியபின், சோம்பேறியாய் இருந்த எனக்கு உற்சாகம் கிடைத்தது. இதை எந்த வகைகளில் நடைமுறைப் படுத்தலாம்? (இவை இயற்கையில் உற்சாகம் இல்லாத நண்பர்களுக்கு மட்டும்)

உங்கள் முடியில் கைவையுங்கள்:

உங்கள் தலை முடி ஸ்டைலை சற்று (உங்கள் தொழிலுக்கு ஏற்ற மாதிரி) மாற்றிப்பாருங்கள். நான் சில நாள் உச்சி வகிடு எடுப்பேன், மாற்றம் வேண்டுமென்றால் ஓர வகிடு எடுத்து தலை வாருவேன். மீசை வைத்தோ எடுத்தோ பாருங்கள். குறுந்தாடி வைத்தோ, இருந்தால் மழித்தோ பாருங்கள்.

நகைகள்:

எனக்கு தங்க நகைகள் பிடிக்காது. என்றாலும் சங்கிலி மற்றும் மோதிர வகைகள் என்னிடம் உண்டு. உற்சாகம் வேண்டும்

என்றால் மோதிரத்தை மாற்றிவிடுவேன். பலநாள் கழிந்தால், பழையதும், புதிதாய்ப் புலருமன்றோ?

ஆடைகள்:

ஒரேநாளில் ஒன்பது உடைகள் வாங்குவதற்கு பதிலாக, எப்போது உற்சாகம் தேவைப்படுகிறதோ, அப்போது இரண்டு செட் உடைகள் வாங்கிப் போட்டுப் பாருங்கள். உற்சாகம் எங்கிருந்தோ கிளம்பும். உங்களது யூனிபார்மை தூய்மையாக, அயர்ன் செய்து அணியுங்கள். நீங்களே கவனிக்கலாம், துவைக்காமல், அழுக்காக யூனிபார்மை போட்டுக்கொண்டு வருபவர் பெரும்பாலும் எதிர்மறைச் சிந்தனை அல்லது தாழ்வு மனப்பான்மை உள்ளவராகவே இருப்பார்.

இது கூட:

பெயின்ட் அடிப்பது, புது கலைப் பொருட்கள் வைப்பது, ஒரு புது வாசனைத் திரவியம் உபயோகிப்பது எல்லாமே உற்சாகம் தரும். அவ்வளவு ஏன்? உங்கள் வீட்டு படுக்கை உறை மாற்றுவதும் உற்சாகம் தரும்.

இப்படி உங்களால் என்னவெல்லாம் மாற்ற முடியுமோ, உற்சாகம் குறைகையில், மாற்றிப்பாருங்கள். அப்புறம் என்னை பாராட்டுவீர்கள்..

* * *

மதிப்புருவாக்கம்

பல நேரங்களில் நமக்கு நடக்கும் ஒரு விஷயம் அல்லது ஒருவர் நம்மிடம் நடந்துகொள்ளும் விதம் நமக்கு புலப்படாமலேயே இருக்கும். அது குழப்பமாகவோ, ஆச்சரியமாகவோ இருக்கும். பலநேரங்களில், வடிவேலுவைப் போல "எங்க இருந்துதான் கௌம்புராய்ங்களோ தெரியலையே" என்று நாமும் புலம்ப வேண்டிவரும்.

ஒருமுறை, நான் பயணித்த விர்ஜின் அட்லாண்டா விமானத்தில் பணியாளர் ஒருவர் என்னிடம் சற்று கடுமையாக நடந்து கொண்டார். எனக்கு காரணம் புரியவில்லை. பின்னர் அவரே எதிர்பாராத வகையில், தெரியாமல் என்பேண்டில் சில துளிகள் ஜூசை கொட்டிவிட்டு என்ன செய்வதென்றே தெரியாமல், ஒரு புது பேன்ட்டை கொடுத்து மன்னித்துக்கொள்ள வேண்டினார்.

அவர் கொடுத்த கால் சட்டையை மறுத்துவிட்டு, அவர் ஆரம்பம் முதலே என்னிடம் கறாராக நடந்து கொண்டது எதனால் என்று மட்டும் கூறும்படி கேட்டேன். எங்கள் குழுவில் இருப்பவர்கள் அடிக்கடி பணிப்பெண்களை போட்டோ எடுக்கிறார்கள் அது தவறு என்று கூறினார். அதனால் தான் அப்படி நடந்து கொண்டதாகவும் சொன்னார். மற்றவர் அப்படிச் செய்வதற்கு நான் என்ன செய்ய முடியும்? (சத்தியமா நான் போட்டோ எடுக்கலீங்க)

இப்படித்தான் நாம் காரணமே தெரியாமல் தலையை சொறிந்துகொள்வோம். இதுவும் ஒரு கயாஸ் தியரி மாதிரித்தான். "ஒரு பட்டாம் பூச்சியின் சிறகடிப்பிற்கும், ஒரு பூகம்பத்திற்கும் தொடர்பிருக்கும்".

இப்படி குழப்பமான நேரங்களில் நாம் அதன் காரணத்தை அறிய முற்பட்டால், நிச்சயம் குழம்பித்தான் போவோம். சரி, இதற்கும் நமது முன்னேற்றத்திற்கும் என்ன தொடர்பு உள்ளது?

இதன் சுருக்கம் "மதிப்புருவாக்கம்". ஒவ்வொரு மனிதரும்தன்னைப்பற்றிய மதிப்புருவாக்கத்தை தெரிந்தோ தெரியாமலோ செய்துகொண்டே இருக்கிறார்.

நாம் செல்லும் இடங்கள், பழகும் மக்கள், உடுத்தும் உடை, வைத்திருக்கும் வாகனம், நம்மையும் நமது பொருட்களையும் பராமரிக்கும் முறை, வசிக்கும் இடம், இவை ஏல்லாம் நாம் சந்தித்து பேசத் துவங்கும் முன்னரே, நம்மைப்பற்றி ஒரு அபிப்பிராயத்தை ஏற்படுத்தி இருக்கும். இவ்வகையான அபிப்பிராயங்கள் நல்லதாகவோ அல்லது முரண்பாடாகவோ இருக்கலாம். எனவே கவனம் தேவை.

பல நேரங்களில் இப்படிப்பட்ட முத்திரைகள் நம்மீது குத்தப்பட்டு விடுவது சகஜம். நாம் நமது செயல்களின் மூலம் தொடர்ந்து இப்படிப்பட்ட மதிப்புருவாக்கத்தை செய்து கொண்டுதான் இருக்கிறோம்.

நம் மீது சமூகத்தின் பார்வை மற்றும் நமது மேலதிகாரிகள் பார்வை சரியாக இருக்கும்படி செய்தால்தான், நமது உழைப்பிற்கான முழு ஊதியமும் நமக்குக் கிடைக்கும். சிலருடைய ரிங்டோன், காலர்டியூன் கூட இந்த மதிப்புருவாக்கத்தில் பெரும் பங்கு வகிக்கிறது.

பிறரை குற்றம் சொல்லிப் பயனே இல்லை. நாம்தான் கவனமுடன் நடந்துகொள்ள வேண்டும்.

என்னிடம் விற்பனை மேலாளராக இருந்த ஒருவர் நல்ல விற்பனையாளர். அவரின் வணிகம் சிறப்பாகத்தான் இருக்கும். ஆனால் அவரை நான் வேலைக்கு சேர்த்த சமயம், எனது அலுவலகத்தில் இருக்கும் ஒருவர் அவரைப்பற்றி ஒரு அதிர்ச்சித் தகவலைச் சொன்னார்.

பல வருடங்களுக்கு முன்னால் அவர் ஒரு பொறுப்பற்ற இளைஞராக இருந்ததையும், போலீசில் அவர் பெயரில் ஈவ் டீசிங் கேஸ் இருந்ததையும் சொன்னார். அவர் வேலைக்கு சேர்ந்த சமயம், அவருக்கு திருமணமாகி இரண்டு குழந்தைகளும் இருந்தன. பல நேரங்களில் இந்த சமுதாயம் ஒருவர் திருந்த அனுமதிப்பதில்லை. முத்திரையை நிரந்தரமாகவே பச்சை குத்த நினைக்கும்.

எனக்கும் தேவையற்ற நட்பு, தேவையற்ற சங்கமம் எல்லாம் இருந்தன. இந்த லேப்ளிங் எனப்படும் மதிப்புருவாக்கத்தைப் பற்றி தெரிந்ததும். ஒவ்வொன்றாக சரி செய்துவிட்டேன். நான் "போதுமென்ற மனமே" என்ற கட்டுரையில் எழுதியதைப் போல, எனக்கு புத்தகம் படிக்க மட்டும் நேரம் கிடைக்கவில்லை, புத்தகம் எழுதவே நேரம் கிடைத்தது.

"ஒவ்வொரு மனிதருக்கும், அவர்மீது மற்றவர்களின் பார்வை எப்படி உள்ளது என்பதைப் பற்றிய ஒரு விழிப்புணர்வு மிக அவசியம்"

* * *

முயற்சி திருவினையாக்கும்

மக்களில் பலர் 'நமக்கு அதெல்லாம் சரிப்பட்டு வராதுப்பா' என்று வரும் வாய்ப்புகளை பயன்படுத்தத் தயங்குகிறார்கள். பொதுவாக, வாய்ப்புகள் தேடி வரும்போது அந்த வாய்ப்புகளை பயன்படுத்தி முன்னேற வேண்டும் என்ற துடிப்பு மிகவும் குறைந்த சதவீத மக்களிடம் மட்டுமே இருக்கிறது. "இப்ப இருக்குற வேலைய காப்பாத்துனாப் போதும், மேல போகப்போக பிரஷர் அதிகமா இருக்கும். வேலைய விட்டு எப்பனா தூக்கிருவாங்க" என்று தாழ்வு மனதுடன் நினைப்பவர்களே அதிகம்.

2013ம் ஆண்டு நவம்பர் மாதம் ஐந்தாம் தேதி, காலை வீட்டில் மூச்சுப் பயிற்சியில் இருந்தேன். என்னுடைய நண்பர் ஒருவர் என்னை தொடர்புகொண்டு, சன் டிவியில் என்னைப்பற்றி பேசுகிறார்கள் என்றார்.

அவர் ஏதோ நக்கல் செய்கிறார் என்றுதான் நினைத்தேன். ஏனென்றால், 'சன் டிவி–யில் காலை நிகழ்ச்சியில் என்னைப்பற்றி என்ன பேசப் போகிறார்கள்?' என்று நினைத்தேன். மேலும் சன் டிவி நிகழ்ச்சி எதிலும் நான் அப்போது பங்கு பெற்றிருக்கவில்லை.

அரைகுறை நம்பிக்கையுடன் டிவியை ஆன் செய்தேன். பட்டிமன்றப் பேச்சாளர்கள் திருமதி. பாரதி பாஸ்கர் அவர்களும் திரு. ராஜா அவர்களும் உரையாடிக்கொண்டு இருந்தார்கள். கடைசி இரு நிமிடங்களை மட்டுமே என்னால் பார்க்க முடிந்தது. கடைசியில் நிகழ்ச்சி முடியும் சமயம், அவர்கள் என்னுடைய புத்தகத்தின் பெயரைச் சொல்லி முடித்தார்கள். "விற்க அதற்குத் தக" என்று.

எழுத்து என்பது எனக்கு தெரியாத தொழில். ஏதோ எனக்கு கொஞ்சம் விற்கத் தெரியும் என்பதால் எனது முதல் புத்தகம்

விற்றுத் தீர்ந்து விட்டது. சாரி விற்றுத் தீர்த்து விட்டேன். இரண்டாம் புத்தகமும் எனது விற்பனை அனுபவத்தை மட்டுமே நம்பி, சொந்த செலவில் வெளியிட்டேன். 15 மாதங்களில் 3500 புத்தகங்கள் விற்றுவிட்டது. ஆனால் என்னுடைய எழுத்துக்கு ஒரு அங்கீகாரம் கிடைப்பது ஒரு அதிசயம்..

தமிழில் எழுத்துலகம் என்பது மிகப்பெரியது. அதன் ஆழமும் அதிகம். நூற்றுக்கணக்கான எழுத்தாளர்கள் வருடம் தோறும் அறிமுகம் ஆகிறார்கள். ஆயிரக்கணக்கில் புத்தகங்கள் வந்தவண்ணம் உள்ளன. சென்னை புத்தகக் கண்காட்சியில்தான் அதன் விஸ்வரூபத்தைக் காண முடிந்தது. இந்த ஒரு காட்டில், எனக்கும் ஒரு அங்கீகாரம் இவ்வளவு சீக்கிரம் கிடைக்கும் என்று நான் நினைக்கவில்லை. ஆனால் என் எழுத்தின் மீதும், என் தகவலின் மீதும் அதீத பற்று இருந்தது.

அந்த நம்பிக்கையில்தான், நானே "விற்க அதற்குத் தக"–வை பிரசுரித்து (கிட்டத்தட்ட பிரசவித்து என்றே சொல்லலாம்) வெளியிட்டேன். எனது நம்பிக்கை பலிப்பதை "விற்க அதற்குத் தக" விற்பனை ஆவதிலேயே தெரிந்துகொண்டேன்.

ஆர்வம்மேலோங்க, வலைத்தளத்தில்இருந்துஅந்தமுழுபேச்சை யும்பதிவிறக்கம்செய்துகேட்டேன். காதுக்குள்ஒருபாட்டுஒலித்தது.. "என்னதவம்செய்தனை... யசோதா..."

(** ஒரு தன்னிலை விளக்கம்: நான் என்னைபற்றியே எழுதுவது போல எனக்குத் தோன்றுகிறது. நிச்சயமாக தற்பெருமை இல்லை. கூடியமட்டும் உதாரணங்களை கடன் வாங்கவேண்டாமே என்றுதான்... பொறுத்தருள்க..)

இன்னுமோர் அதிசயம் என்னவென்றால், 16-2-2014 காலை, சென்னையில் உள்ள ஒரு பிரபலமான பதிப்பகத்தின் Editor எனக்கு போன் செய்து அவர்களுக்காக ஒரு புத்தகம் எழுதவேண்டும் என்று கேட்டுக்கொண்டார்.

இதன் மூலம் நாம் தெரிவிக்கும் செய்தி என்னவென்றால்...

எந்த ஒரு வேலையையும் செய்ய உங்களுக்கு அடிப்படைத் தேவை 'நம்பிக்கை'. அனுபவம் இல்லை, எனக்கு வருமா?, என்று உங்களை குறைத்து மதிப்பிடாதீர்கள். தன் மகளுக்குத் திருமணம் செய்துவைக்கும் எந்த ஒரு தகப்பனும், "மாப்பிள்ளைக்கு அனுபவம் இருக்கா?" என்று கேட்பதில்லை. அதே சமயம், வெறும் நம்பிக்கை மட்டும் உதவாது. மேல்நோக்கு வளர்ச்சிக்கு (Vertical Progress) அனுபவம்தான் கைகொடுக்கும். எனவே, கிடைக்கும் வாய்ப்பை முழுமையாக பயன்படுத்தி முன்னேற வேண்டும்.

வாய்ப்புகள் எப்போதாவதுதான் வரும். அது வரும் நேரத்தில் நீங்கள் உங்களை முழு தகுதியோடு வைத்திருக்க வேண்டியது மிக மிக அவசியம். ரயில விட்டுட்டா அப்புறம் அப்பான்னாலும், அம்மான்னாலும் அதே ரயில பிடிக்க முடியாது. எனவே உங்களை அடுத்த வாய்ப்புக்கு தயார்படுத்தி வைத்துக்கொள்ளுங்கள்.

"முயற்சி திருவினையாக்கும்"

* * *

ஏழு நபர்கள் - ஒரு கிராமம் - ஒரு நகரம்

எப்பொழுதும், ஒரு தனிமனித முயற்சியை விட, கூட்டு முயற்சி அதீத வெற்றியை தரும். அதுவும் ஒத்த சிந்தனை உள்ள சிலர் கூட்டு சேர்ந்தால், விளைவு அற்புதமாகத்தான் இருக்கும்.

1800-களின் இறுதிவரை "ஈரோடு" ஒரு கிராமமாகவே இருந்தது. பின்னர் எப்படி அது ஒரு மாநகரமாக, ஒரு மாவட்ட தலைநகரமாக வளர்ந்தது? மக்கள் தொகைப் பெருக்கம் என்ற ஒரு காரணம் செல்லாது. அப்படியென்றால் பல சம காலத்தய கிராமங்கள் வளரவில்லையே..!

பவானியில் ஒரு பயிற்சி முகாம். நான் பயிற்சியாளராக அழைக்கப்பட்டிருந்தேன். அன்று எல்.ஐ.சி. சிவகிரி கிளை மேலாளர் திரு. சர்புதீன் அவர்கள் சொன்ன தகவல் இது. திரு வெங்கிடு நாயக்கர், திரு. எதிராஜ நாயக்கர் மற்றும் மேலும் ஐந்து நபர்கள் சேர்ந்து அமைத்த "ஈரோடு நகர பரிபாலன சபை" (1871 செப்டம்பர் 16ம் தேதி) என்கிற அமைப்பு முழுமூச்சாக ஈரோடு கிராம வளர்ச்சிக்கு பாடுபட்டது.

பல இடங்களுக்கும் சென்று, முதலீட்டாளர்களை ஈரோடில் தொழில் துவங்க அழைத்தார்கள். பல தொழில் மற்றும் கல்வி நிறுவனங்களை நிறுவி, கிராம முன்னேற்றத்திற்காக பாடுபட்டார்கள். அதன் விளைவு, இன்று ஈரோடு ஒரு மாநகரம் மற்றும் மாவட்டத் தலைநகரம்.

1800-ம் வருடம், ஈரோடு, பெருந்துறை தாலுக்காவில் உள்ள ஒரு கிராமமாக இருந்தது. ஆனால் இன்று பெருந்துறை தாலுக்காவாகவே உள்ளது. ஈரோடு மாநகரம் ஆகிவிட்டது. இதுதான் வளர்ச்சியின் ஒப்பீடு.

வெறும் ஏழு நபர்களின் உன்னத நோக்கமும், தீவிர உழைப்பும், ஒரு கிராமத்தின் புவியியல் மற்றும் பொருளாதார தரத்தை மாற்றும் என்றால், ஒரு குழு சிறந்த குழுவாக மாறி, ஒரே நோக்கத்தோடு உழைக்கத் துவங்கினால், அவர்கள் எப்படிப்பட்ட சிகரத்தை தொடலாம் என்று சற்று சிந்தித்துப் பாருங்கள்.

இன்றும், செப்டம்பர் 16ம் தேதி ஈரோடு நாளாக, ஈரோடு மக்களால் விமரிசையாகக் கொண்டாடப்படுகிறது.

இதிலிருந்து நாம் தெரிவிக்கும் சேதி என்னவென்றால்...

குழுக்களில் பலவகை உள்ளது. மக்கள் கூடுவதெல்லாம் குழுவாகாது. ஒரு குழு என்றால், உயரிய நோக்கம் (இலக்கு) இருக்க வேண்டும். ஒத்த சிந்தனை இருக்க வேண்டும். இலக்கின் மீது தீவிர நம்பிக்கை இருக்க வேண்டும்.

நீங்கள் உங்களுடைய குழுவின் மீது நம்பிக்கை வைக்கவேண்டும். உங்களது நிறுவனத்தின் மீது பற்றுள்ளவர்களாக இருக்க வேண்டும். ஒரே குழுவாக, ஒரே உயர்ந்த சிந்தனையோடு, நாம் அனைவரும் ஒன்றிணைந்து உழைத்தால், நமது நிறுவனத்தை உலகின் முன்னணி நிறுவனமாக மாற்ற முடியும் என்பதற்கு இதைவிட வேறு சிறந்த உதாரணம் இருக்க முடியுமா?

ஒரு குழுவும், உயரிய நோக்கமும், ஒத்த சிந்தனையும், தீவிர உழைப்பும் இருந்தால், எந்தவொரு இலக்கையும் எளிதாக அடையலாம். இலக்கில் பெரியது சிறியது என்று ஏதும் இல்லை. குழுவிலும் பெரியது, சிறியது என்று ஒன்றும் இல்லை.

* * *

எம்ப்டி பாக்ஸ்

ஒரு காலி டப்பாவை எடுத்துக்கொள்ளுங்கள். அதில் ஐந்து ஒரு ரூபாய் காசுகளைப் போட்டுவிடுங்கள். இப்போது அந்த டப்பாவில் இருந்து எத்தனை காசுகளை எடுக்க முடியும்?

அதிகபட்சம் ஐந்து ஒரு ரூபாய் காசுகள் தானே எடுக்க முடியும்? ஐந்திற்கு மேலாக ஒரு காசைக்கூட எடுக்க முடியாது அல்லவா? நீங்கள் என்ன மந்திரம் போட்டாலும் போட்ட காசைவிட ஒன்று கூட அதிகம் எடுக்க முடியாது.

அதே சமயம், அந்த டப்பாவில் ஏதும் போடவில்லை என்றால் எதை நீங்கள் எடுப்பீர்கள்? எம்ப்டி பாக்ஸில் இருந்து எதையும் எடுக்கவே முடியாது அல்லவா? இதுதான் வாழ்க்கை.

முதலில் கொடுக்க வேண்டும். கொடுத்தால்தான் எடுக்க முடியும்.

ஆய்ந்து நோக்கினால், ஒவ்வருவருடைய வெற்றிக்கும் ஒரு காரணம் இருக்கும். இந்த உலகில் காரணமே இல்லாமல் எதுவுமே நிகழ்வதில்லை என்பதில் நான் உறுதியாக இருக்கிறேன்.

வாழ்வின் அடிப்படைத் தத்துவமே "ஒன்றை எடுக்க, ஒன்றைக் கொடு" என்பது தான். சச்சின் கிரிக்கெட்டில் பல உலக சாதனைகளைப் படைத்து, கோடான கோடி கிரிக்கெட் ரசிகர்களின் நாயகனாக உயர்ந்ததற்கு காரணம் ஒன்றே. அவர் கிரிக்கெட்டிற்கு தனது வாழ்வையே அர்பணித்தார். கிரிக்கெட் அவருக்கு எல்லாவற்றையும் அர்பணித்தது.'பாரத் ரத்னா' உட்பட.

உங்கள் "நடத்தையை" கொடுங்கள். Give your behavior and attitude. அது ஒன்று தான் நீங்கள் கொடுக்க வேண்டியது. நடத்தை

என்பது ஒரு சக மனிதரை நீங்கள் எப்படியெல்லாம் நடத்த வேண்டுமோ, அவருக்கு எப்படியெல்லாம் உதவமுடியுமோ, அவரிடம் எப்படியெல்லாம் உண்மையாக இருக்க முடியுமோ, அப்படியே இருங்கள்.

உங்கள் வெளிப்புற உலகம் மாறவேண்டும் என்றால், அந்த மாற்றம் உங்கள் உள்ளிருந்து துவங்கவேண்டும். அப்படி உள்மனது மாறிவிட்டால், கொடுப்பதில் சிக்கல் ஒன்றும் இருக்காது.

உங்கள் உழைப்பைக் கொடுத்து ஊதியம் பெறுங்கள். உங்கள் நேர்மையைக் கொடுத்து மதிப்பைப் பெறுங்கள், உங்கள் தேர்ச்சியைக் கொடுத்து வளர்ச்சியைப் பெறுங்கள். அன்பைக் கொடுத்து நட்பைப் பெறுங்கள். உதவியைக் கொடுத்து ஆதரவைப் பெறுங்கள். உங்களையே கொடுத்து வெற்றியைப் பெறுங்கள்.

இப்படிக் கொடுக்காமல் கிடைக்கும் எதுவும் நிரந்தரம் இல்லை.

* * *

3M கோட்பாடு

நமது வெற்றிக்குத் துணையாக வருவன பல. அவற்றுள் மூன்று காரணிகள் முக்கியத்துவம் பெறுகின்றன. அதுதான் இந்த 3M Theory. இந்த கோட்பாடு ஒரு வலியில் உருவானது.

வேலையில் மட்டுமல்ல, வாழ்க்கையிலும் நாம் முன்னேற அனைத்து காரணிகளையும் ஆளுமை செய்யவேண்டும். இல்லையென்றால் வாழ்வில் வரவேற்க முடியாத தருணங்களை எப்போதும் வரவேற்க தயாராகுங்கள்.

M1: TIME

நேரம்... உலகில் உள்ள அனைவருக்கும் பொதுவான ஒரு சொத்து. சரிசமமாக இறைவன் கொடுத்த ஒரே சொத்து இதுதான். (வாழும் வயச கணக்கு பண்ணாதீங்க) ஒவ்வொரு நாளும் நமக்கு இருக்கும் நேரம் அனைவருக்கும் சமமே.

ஒரு மனிதன் வெற்றியாளனாக வளர, நேரம் என்பது அனைத்திலும் முக்கியமானது. நேர மேலாண்மையைப் பற்றியும் அதன் முக்கியத்துவத்தைப் பற்றியும் கிட்டத்தட்ட அனைவரும் சொல்லி இருக்கிறார்கள். நான் ஒன்று மட்டும் சொல்லிக் கொள்கிறேன். (ப்ளீஸ்)

பத்து நிமிடத் தாமதம்,

1. உங்கள் வாகனத்தை வேகமாக இயக்கத் தூண்டும். இதனால் உங்கள் உயிருக்கே ஆபத்து.
2. உங்கள் பதட்டத்தை அதிகரிக்கும். இது உங்கள் செயல் திறமையை வெகுவாக குறைக்கும்.

3. நீங்கள் 1மணி நேரம் பயணித்து இருக்கலாம். ஆனால் ஒரு பத்து நிமிடத் தாமதத்தில் ஆப்செண்ட் அல்லது கெட்டபெயர் கிடைக்கலாம்.

4. நீங்கள் தாமதமானால், வேலையை தொடங்குவதற்கு முன் ஆசுவாசப் படுத்திக் கொள்வதற்கும், தேவையான பொருட்களை ஒழுங்கு படுத்திக் கொள்வதற்கும், நேரமின்றி சொதப்ப நேரிடலாம்.

5. பதட்டமுடன் கூடிய பயணம் உங்களை களைப்பாக காண்பிக்கும்,

6. மறதி, கவனக்குறைவு, தவறு செய்வது இவை உங்கள் இமேஜ் ஆக உருவாகும்.

7. அடிக்கடி 'சாரி' சொல்ல வேண்டி வரும்.

8. மொத்தத்தில், எதுவும் உங்கள் கட்டுப்பாட்டில் இருக்காது. நேரத்தை உங்கள் கட்டுப்பாட்டில் வைத்துக்கொண்டால், பிற அனைத்தும் உங்கள் கட்டுப்பாட்டிலேயே இருக்கும்.

M2. RESOURCE:

Resource என்பது "சாதனம்" அல்லது "வளம்" என்று கூறலாம். நம்மில் அனைவருக்கும் இந்த வளம் இருக்கிறது. வளங்கள் வேறுபடலாம். நம்மிடம் இருப்பவற்றில் தேவையான வளங்களை பயன்படுத்துவதன் மூலம், நமது வெற்றியை அதிகரிக்கலாம்.

சிலர் பணம் வைத்து இருப்பார்கள். ஆனால், தேவைக்கு அவற்றை செலவு செய்ய மாட்டார்கள். ஒரு நல்ல டிரஸ்கூட வாங்காத சில மேதாவிகள் இருக்கிறார்கள்.

இதை விட கொடுமையானது, தேவையான பொருட்களை ஆர்வமுடன் வாங்கி வைத்து ஒரு வாரம் உற்சாகமாக உபயோகிப்பார்கள். பின்னர் சோம்பல் மேலோங்க, அவற்றை வீட்டிலேயே பத்திரமாக வைத்துவிடுவார்கள். உபயோகிக்க மாட்டார்கள். இதுபோன்ற புத்தகம் கூட அப்படி ஆகிவிடக் கூடாது.

மற்றுமொரு கொடுமை, அவற்றை பராமரிப்பது. 30 லட்சம் கொடுத்து ஒரு கார் வாங்கி, சரியாக நேரத்தை திட்டமிட்டு, சரியான நேரத்தில், ஒரு நண்பர் புறப்பட்டார். அவர் அந்த காரை ஸ்டார்ட் செய்து நகர்த்தும் போதுதான், டயரில் காற்று

இல்லை என்பது தெரிய வந்தது. உடனே அவர் ஆட்டோவில் புறப்பட்டார். இப்பொழுது கார் இருந்து என்னபயன்? கல்யாணம் ஆகியும் பிரமச்சாரி மாதிரி.

சரியான "வளங்களில்" முதலீடு செய்யுங்கள். இவற்றிற்கு செலவு செய்வது விரயம் அல்ல. அது முதலீடு. அவற்றை முறையாக உபயோகிக்கும் வழியை தெரிந்துகொள்ளுங்கள். அவற்றை சரியாக பராமரியுங்கள்.

சரி ஒரு தொழிலாளிக்கு சரியான வளங்கள் என்ன? நல்ல வாகனம், வீடு, நற்சிந்தனை தரும் புத்தகங்கள், தொழில் வளர்ச்சிக்கு உதவும் புத்தகங்கள், அறிவைப் பெருக்கிக்கொள்ள ஒரு கம்ப்யூட்டர் ஆகியன சில அடிப்படை வளங்கள். ஒரு ஸ்மார்ட் போனில் இருபது ஆயிரம் முடக்குவதை விட, ஒரு லாப்டாப்பில் முதலீடு செய்வதும் அதை சரியான காரணங்களுக்காக பயன்படுத்துவதும் சிறந்தது.

M 3: RELATIONSHIP:

மூன்றாவது வளம் உறவு ஆகும். ஒவ்வொரு மனிதனுக்கும் எத்தனை வகையான உறவுகள் இருக்கின்றன? நெருங்கிய சொந்தம், தூரத்துச் சொந்தம், நண்பர்கள், உடன் படித்தவர், உடன் வேலை செய்தவர், செய்பவர், பயண சிநேகிதர், அண்டை வீட்டார், நாம் செல்லும் சங்கங்களின் உறுப்பினர்கள், இந்த அனைத்து நபர்களுக்கும் தெரிந்த நபர்கள் என்று ஒவ்வொரு மனிதனுக்கும் ஆயிரக்கணக்கான நபர்களைத் தெரியும்.

ஆனால் போகிற போக்கில், நாம் பலரை மறந்து, காலத்திற்கு, வேலைக்கு ஏற்றார் போல ஒரு சிலருடன் மட்டும் தொடர்பில் இருக்கிறோம். மற்றவர்களை மறந்துவிடுகிறோம். ஆனால் வெற்றியாளர்கள் ஒரு மிகச் சிறந்த உறவு நிர்வாகிகளாக இருக்கிறார்கள்.

அவர்கள் தேவையற்ற நபர்களை,எவ்வளவு நெருங்கியவர்களாக இருந்தாலும், விலக்கியே வைக்கிறார்கள். அதுவும் அவர்கள் எதிர்மறை எண்ணம் உடையவர்களாக இருந்தால், நெருங்கக்கூட விடுவதில்லை. மேலும் இவர் பெரியவர் சிறியவர் என்று பாகுபாடு பார்ப்பதில்லை. அனைவருக்கும் ஒரே மதிப்பு கொடுத்து கனிவாக நடந்து கொள்கிறார்கள்.

ஒரு சரியான கால இடைவெளியில் அனைவரிடமும் தொடர்பில் இருக்கிறார்கள். இது ஒரு வெற்றியாளருக்கு மிக மிக அவசியம். இதைவிட நீங்கள் உறவுகளை தவறாக நிர்வாகித்தால், அதனால் வரும் விளைவுகள் உங்களுக்குத் தெரியாமலே, மிகப் பெரிய பாதிப்பை ஏற்படுத்தும். சாதாரணமானவன் என்று ஒருவரை நினைத்து உதாசீனப்படுத்தும் வழக்கம் நம்மில் பலருக்கு அதிகம்.

பொதுவாக தொழிற்சாலைகளில் பணிபுரியும் தொழிலாளர்கள், நிர்வாகம் மற்றும் மேலாண்மை ஊழியர்களை ஒரு எதிரியாகவே பார்க்கும் மனநிலையை வளர்த்துக்கொண்டு விடுகிறார்கள். இது வளர்ச்சிக்கு மிகவும் ஆபத்து. அவர்களுக்கும் இது பொருந்தும். ஒரு சக மனிதனை எதிரியாகப் பார்க்கும் மனது மிகவும் கொடியது.

இந்த மூன்று விஷயங்கள் TIME, RESOURCES, RELATIONSHIP ஆகியவற்றை சரியாகப் பயன்படுத்துவது உங்கள் வெற்றியை எளிதாக்கும், உங்களுக்கு அருகில் வெற்றியை அழைத்துவரும்.

விவசாயி ஒருவர் காலை எட்டு மணிக்கு தனது டிராக்டரில் புறப்பட்டு பக்கத்து நகரத்திற்கு சென்று, இருபது மூடை உரம் வாங்கிவிட்டு, அப்படியே அங்கிருக்கும் வங்கிக்கு சென்று தனது விவசாய லோன் பத்திரத்தில் கையெழுத்து போட்டுவிட்டு வீடு திரும்பலாம் என்று திட்டமிட்டு இருந்தார். விவசாய லோன் மூன்று லட்சம். கையெழுத்து போடுவதற்கு அன்று தான் கடைசி நாள். மதியம் 2 மணிக்கு முன்பாகவே வரச்சொல்லி இருந்தார்கள்.

காலைக் கடன்களை முடித்து, சாப்பிட்டுவிட்டு, எட்டு மணிக்கு டிராக்டரில் அமர்ந்து அதை ஸ்டார்ட் செய்தார். நூறு மீட்டர் சென்றதும் டிராக்டர் நின்று விட்டது. டீசல் காலி. என்ன செய்வது என்று தெரியாமல், டிராக்டரை அங்கேயே ஓரம் கட்டி நிறுத்தி விட்டு, வீடு திரும்பினார்.

வீட்டில் இருந்து தனது பைக்கை எடுத்துக் கொண்டு கிளம்ப நினைக்கும் சமயம், பக்கத்து வீட்டுக்காரர் ஒரு சிட்டையைக் கொடுத்து, அதில் உள்ள மருந்தை நகரத்தில் இருந்து வாங்கி வர முடியுமா என்று கேட்டார். 'நிச்சயம் வாங்கி வருகிறேன்' என்று சொல்லிவிட்டு, புறப்பட தயார் ஆனதும், அவருக்கு மற்றுமொரு தலைவலி வந்தது.

பிரசன்னா வெங்கடேசன்

அவரது வீட்டின் முன்வேலி கழன்று போனது. உடனே அதை சரிசெய்து, பத்து மணிக்கு ஒரு டீசல் வாங்கும் கேனை எடுத்து புறப்பட்டார்.

நேராக ஒரு பெட்ரோல் பங் சென்று இருபது லிட்டர் டீசல் வாங்கிவந்து, டிராக்டரில் ஊற்றி அவர் புறப்பட்ட நேரம் 11மணி.

டிராக்டரில் நேராக உரக்கடைக்கு சென்றார். இருபது உர மூடைகளை ஏற்றிக்கொண்டு, பக்கத்தில் இருந்த மெடிக்கல் ஷாப்பில் பக்கத்து வீட்டுக்காரர் வாங்கிவரச்சொன்ன மருந்து வாங்கச் சென்றார்.

அந்த மெடிக்கல் ஷாப்பில் அது இல்லை. மூன்று கிலோமீட்டர் தள்ளி இருக்கும் மற்ற ஒரு மெடிக்கல் ஷாப்பில் இந்த மருந்து கிடைக்கும் என்று சொன்னார்கள்.

அந்த மெடிக்கல் ஷாப்பிற்கு சென்று அந்த மருந்தை வாங்கிவிட்டு, வங்கிக்கு போன போது மணி மூன்றரை. கையெழுத்து போடமுடியாமல், தனது லோன் வாய்ப்பை தவற விட்டு, வீடு திரும்பினார் அந்த விவசாயி.

இவர் செய்த தவறுகள் என்ன? எதற்கு முக்கியத்துவம் கொடுத்து இருக்க வேண்டும்? எந்த வேலையை முதலில் செய்து இருக்க வேண்டும்? இந்த கேள்விகளை நான் உங்களிடமே விட்டுவிடுகிறேன். இப்படித்தான் நமது வாழ்வில் அனேகமான வாய்ப்புகள் நழுவிப் போய்விடுகின்றன.

* * *

யாருக்காக?

இரண்டு ஆசிரியர்கள் ஒரு ஆரம்பப் பள்ளியில் ஒரே நாளில் ஆசிரியராகச் சேர்ந்தார்கள். ஒருவர் 'செட்டில்' மற்றொருவர் 'நெக்ஸ்ட்'. இருவருக்கும் நல்ல சம்பளம், நல்ல மரியாதை, அழகான குடும்பம் அமைதியான வாழ்க்கை.

இந்த 'செட்டில்' அவருடைய வேலையை பெருமிதத்தோடு செய்து வந்தார். இந்த நெக்ஸ்ட் பல்வேறு ஆசிரியர்களிடமும் நட்பு கொண்டு, அவர்களின் வாழ்க்கை முறையை ஆய்ந்து வந்தார். 'நெக்ஸ்ட்' ஒரு உயர்நிலைப் பள்ளி ஆசிரியரிடம் அவருக்கு என்ன சம்பளம் என்றார். உயர்நிலைப் பள்ளி ஆசிரியர் தனக்கு ஐந்தாயிரம் அதிகம் என்றும், ஏனென்றால் ஒரு படிப்பு அதிகம் என்றும் சொன்னார்.

நெக்ஸ்ட்க்கு தூக்கம் வரவில்லை. தபால் வழிக் கல்வியில் அந்த 'கூடுதல்' படிப்பை முடித்து பதவி உயர்வும் சம்பள உயர்வும் பெற்றார். இப்படி தனக்கு மேலே உள்ள ஒவ்வொரு நிலை ஆசிரியர்களையும், ஒப்பிட்டு, தன்னை வருத்தி, தொடர்ந்து உழைத்து, அவர் ரிட்டையர்டு ஆகும் சமயம், ஒரு கல்லூரியின் முதல்வராக பதவி வகித்து நல்ல வசதியோடு ரிட்டையர்டு ஆகி இருந்தார்.

அப்போது இந்த 'செட்டில்' அவர் மகள் திருமண அழைப்பிதழை கொடுக்க 'நெக்ஸ்ட்' வீட்டிற்கு ஒரு பைக்கில் வந்தார். பழைய வேட்டி சட்டை, வாழ்க்கை முழுதும் கடன் கட்டியே சொந்தமான ஒரு வீடு, சீட்டு கட்டி வாங்கிய பொருட்கள் என்று ஒரு திட்டமிட்ட ஏகாந்தமான வாழ்வை வாழ்ந்து முடித்திருந்தார் 'செட்டில்'. அவருடைய மகளையும் கஷ்டப்பட்டு ஒரு ஆசிரியை ஆக்கி இருந்தார்.

'நெக்ஸ்ட்' ஓடி ஓடி படித்து, பதவி உயர்வு பெற்று. பங்களா போன்ற ஒரு வீடும், வீட்டின் முன் ஹோண்டா சிட்டி காரும், சமூகத்தில் சிறந்த அந்தஸ்தும் பெற்றிருந்தார். 'செட்டில்' அவர் வீட்டுள் சென்றார்.'நெக்ஸ்ட்'ன் மனைவி வெகுவாக உபசரித்தார். பழைய கதைகள், நினைவுகள் பரிமாறப்பட்டன.

அப்போது அவர் மனைவி, 'நெக்ஸ்ட்' ஒரு சிறப்புரையாற்ற மலேசியா சென்றிருப்பதாகவும், மகள் ஒரு ஆடிட்டராக பெரும் நிறுவனத்தில் வேலை பார்ப்பதாகவும், மகன் ஒரு பிசினஸ் சிறப்பாக செய்து கொண்டிருப்பதாகவும் சொன்னார்.

பத்திரிகை கொடுத்துத் திரும்புகையில், 'செட்டில்' வாழ்வில் தான் ஏதோ தவறு செய்துவிட்டதாக நினைத்துக்கொண்டார். ஏனென்றால், 'நெக்ஸ்டிடம்', தனது மகள் திருமணத்திற்காக இரண்டு லட்சம் கடன் கேட்கலாம் என்று நினைத்து வந்தவர், மனதில் ஏதோ குழப்பம் ஏற்பட, சொல்லாமலேயே திரும்பி விட்டார்.

இது கதையல்ல... நாம் தினம் தினம் பார்க்கும் நிஜம்.

ஒவ்வொரு மனிதனுக்கும் வாழ்வில் வெற்றி அவசியமாகிறது. ஆனால் இன்று வெற்றியை தீர்மானிக்கும் ஒரே காரணியாக பணம் இருக்கிறது. ஆதி காலத்தில் ஒரு மனிதன் அவனுடைய உடல் பலத்தால் புகழ் அடைந்தான். அரசர் காலத்தில் ஒரு மனிதன் அவனுடைய அறிவாற்றலால் புகழ் அடைந்தான். (இது

மனிதன் குழுக்களாக வாழத் துவங்கிய நாள் முதல் அங்கீகரிக்கப் படுகிறது. ஒரு குழுவின் தலைவன் அனுபவசாலியாக, அறிவாற்றல் உள்ளவனாக இருந்திருக்கிறான்)

ஆனால் இப்பொழுது பணம் படைத்தவரே வெற்றியாளர். பணம் உள்ளவர் அறிவு மற்றும் பலம் உள்ளவரை தனக்குக் கீழே வேலைக்கு அமர்த்திக் கொள்கிறார். எனவே அவருக்கு இந்த மூன்றும் கிடைத்துவிடுகிறது.

“ஏனடா? இவன் சம்பந்தம் இல்லாமல் எழுதுகிறான்” என்று நினைக்காதீர்கள். உங்களுக்காகத்தான் இதை எழுதுகிறேன். ஒருவர் வாழ சிறு தொகை போதும். ஆனால் அந்த சிறு தொகையால், அவருக்கோ, அவர் மனைவிக்கோ, தாய் தந்தையருக்கோ, குழந்தைகளுக்கோ மரியாதையையும், சமூக அந்தஸ்தையும் கொடுக்க முடியாது.

ஏழைமகன் படும் அவமானங்களை நீங்கள் பார்த்ததுண்டா? ஒரு திருமண வீட்டிற்க்குச் சென்றால், வசதி படைத்தவர்களின் குழந்தைகள் விளையாடிக்கொண்டு இருப்பார்கள். அவர்களுள் எவர் ஏழையோ அவர் குழந்தைகள் மற்றவர்களால் “உரிமையாக” வேலை வாங்கப்படுவார்கள். அதை நீங்கள் கண்கூடாகப் பார்க்கலாம்.

நாம் உதாசீனமாக, பொறுப்பின்றி நமது நேரத்தை வீணடிப்பதற்கு நமது மனைவியும், குழந்தைகளும் ஏன் மதிப்பு குறைவாக நடத்தப்பட வேண்டும்? ஏன் மதிப்புக்குறைவாக பார்க்கப்படத்தான் வேண்டும்? பெரும்பாலும், வசதி குறைந்தவர்கள், அவர்கள் குழந்தைகளை இதுமாதிரி விழாக்களுக்கு அழைத்துச் செல்லாததற்கு இதுதான் காரணம்.

இப்பொழுது சற்று சிந்தித்துப் பாருங்கள். நமக்கு எவ்வளவு வாய்ப்புகள் உள்ளது? வேலை மற்றும் பயண நேரம் போக, தினமும் இரண்டு மணிநேரங்கள் ஒதுக்கினாலே உங்களால் உங்கள் படிப்பைத் தொடர்ந்து மேலும் தகுதி பெற முடியும். நாம் ஏன் நமது வேலையை குறைத்துக் கொள்ள வேண்டும்? நாம் ஏன் வெறும் சம்பளத்திற்கு மட்டும் வேலை செய்ய வேண்டும்? நாம் ஏன் 3 வேளை சாப்பாடிற்கும், மாற்று உடைக்கும், ஒரு இருப்பிடத்திற்கும் வேலை செய்யவேண்டும்? சற்று வருந்தி உழைத்தால், அள்ள அள்ளக் கொடுக்கும் இந்த உலகம், நம்மையும், நமது குடும்பத்தினரையும் மகிழ்வாகவும், மரியாதையாகவும், வைத்திருக்கும் அல்லவா?

நமது சிறிய இலக்கை தகர்த்து எறிவோம். பெரியதோர் இலக்கை உருவாக்கிக் கருவாக்குவோம். இப்படித்தான் வாழவேண்டும் என்று ஒரு சபதம் எடுப்போம். நாம் ஆசைப்படுவது நமக்கு வேண்டுமானால் பெரியதாக இருக்கலாம். நாம் எவ்வளவு பெரியதை ஆசைப்பட்டாலும், அது இயற்கைக்கு மிக மிகச் சிறியதே. இறையோ, இயற்கையோ அதை, மிக எளிதாகக் கொடுக்கும்.

நாம் உயிர் வாழ சில ஆயிரங்கள் போதும். சில ஆயிரங்களை சம்பாதிக்க சில மணிநேர உழைப்பு போதும். வசதியாய் எப்போதும் வாழ, உழைப்பும், தேடுதலும், மாற்றுச் சிந்தனையும், பெரும் கனவும் வேண்டும்.

எனது நண்பர் ஒருவருடன் பேசிக்கொண்டிருந்த சமயம், அவர் ஜப்பான் மற்றும் சைனாவின் பொருளாதார எழுச்சி பற்றி பேசிக்கொண்டிருந்தார். தான் எப்படி அவற்றை தனது வேலையில் பயன் படுத்தி, அவர் வேலை செய்யும் நிறுவனத்தில் முன்னணியில் வந்தார் என்றும் விளக்கினார். அவர் சொன்ன இரண்டு விஷயங்கள். 1. "கடினமான நேரங்களில் மனிதர்கள் கடினமான உழைப்பாளிகளாக மாற வேண்டும்". 2. "நாளைய வேலைகளை இன்றிரவே திட்டமிடுவதால், நாளையை பற்றிய ஒரு தெளிவான பார்வை இன்றே கிடைக்கும்".

வெற்றி நமதே..!

* * *

விரும்பாமல் ஒருநாளும் இருக்க வேண்டாம்

வெற்றிபெற்ற பலரிடம் இருக்கும் மற்றுமொரு முக்கிய பண்பு 'விருப்பம்'. அவர்கள் வேலை செய்யும் நிறுவனத்தையும், சக ஊழியர்களையும், அவரது வேலையையும் விரும்புகிறார்கள். விருப்பத்தையும் மீறி நேசிக்கிறார்கள் என்றே சொல்லவேண்டும்.

இந்த விருப்பம்தான் அவர்களுக்கு ஒரு அடிப்படை நம்பிக்கையைக் கொடுக்கிறது. அந்த நம்பிக்கைதான் மேல்நோக்கிய சிந்தனையைக் கொடுக்கிறது. மேல்நோக்கிய சிந்தனை, சிறு பிரச்சனைகளை கண்டுகொள்ளாமல் வேலையில் கவனம் செலுத்தத் தூண்டுகிறது. இதுவே வெற்றிக்கு அடித்தளம் அமைக்கிறது.

விருப்பம் இல்லாதவர் மனநிலை, எங்கே குறை குற்றம் உள்ளது என்பதைப் பற்றியே சிந்திக்கிறது. இது நெகடிவ் மைன்ட். இந்த எதிர்மறை மனது, ஒருபொழுதும் நிம்மதியைத் தராது. குறைகளே இல்லாத ஏதாவது ஒரு நிறுவனத்தைக் உங்களால் கூறமுடியுமா? அதுபோக, எதிர்மறை மனது உள்ளவர்கள், குறைகளைக் கவனிப்பதில் நேரத்தைச் செலவழித்து, வாய்ப்புகளைத் தவறவிடுகிறார்கள்.

'அசர்டிவ்' எனப்படும் உறுதி நிலைக்கும், 'அக்ரசிவ்' எனப்படும் அடாவடித் தன்மைக்கும் ஒரு சிறு வித்தியாசமே உள்ளது. உறுதி நிலையில் இருப்பவர்கள் பிறரை நோகடிப்பதில்லை. அடாவடிப் பேர்வழிகள் பிறர் நொந்தாலும், தான் நினைப்பது நடக்க வேண்டும் என்பதில் மட்டும் கவனமாக இருக்கிறார்கள். இது விருப்பம் இன்மையால் வருவது. அடாவடிப் பேர்வழிகள் என்றுமே நிரந்தரமாக வென்றதில்லை.

அதே சமயம், நீங்கள் உங்கள் நிறுவனத்தையும், வேலையையும், சக ஊழியர்களையும் விரும்பத் துவங்கிவிட்டால், உங்களிடம்

உள்ள அடாவடித்தனம் காணாமல் போய், உறுதிநிலை உருவாகும். அப்போது உங்களுக்கு வேண்டியவற்றை, மற்றவர் மனது புண்படாமல், சரியான முறையில் கேட்டுப் பெறுவீர்கள். அப்பொழுது காரியமும் நடக்கும், நற்பெயரும் கிடைக்கும். எனவே, விரும்புங்கள்..!

* * *

யாரென்று தெரிகிறதா?

தனது 9 வயதில், வறுமையின் காரணமாக, சலூன்களில் ஷூ ஷைனிங் செய்தவர். 36 வயது வரை எதிலும் வெற்றி அடையாதவர்.

பின்னர் விற்பனைத் தொழிலுக்கு வரவேண்டும் என்று ஆசைப்பட்டு கார் விற்கும் விற்பனைப் பிரதிநிதி ஆனார்.

அவர் செய்த சாதனைகளே அவரைப்பற்றி கூறும் தகவல்கள்:

- *அதிகம் ரீட்டைல் சேல்ஸ் செய்த விற்பனையாளர். (கின்னஸ் உலக சாதனை) 12 வருடங்கள் தொடர்ந்து தினமும் சராசரியாக 6 புது கார்கள் ஒவ்வொன்றாக விற்றதுதான் இவர் சாதனை.*
- *ஒரே நாளில் அதிக புது கார்கள் விற்பனை (18 புது கார்கள்)*
- *ஒரே மாதத்தில் அதிக புது கார்கள் விற்பனை (174 கார்கள்)*
- *ஒரே வருடத்தில் அதிக புது கார்கள் விற்பனை (1425 கார்கள்)*
- *அதிக புது கார்கள் விற்பனை (13,001 புது கார்கள்)*

மயக்கம் வருகிறதா? யாரென்று தெரிகிறதா?

அவர்தான் ஜோ ஜிரார்ட். அமெரிக்காவில் இருக்கும் இவர் பல முயற்சிகளில் தோல்வியுற்றாலும், தளராமல், 36–ம் வயதில், கார் விற்பனை செய்யும் பிரதிநிதியானார்.

அப்போது விற்பனைத் தொழிலைப் பற்றி கற்று வெற்றிபெற வேண்டும் என்று நினைத்து, புத்தகக் கடைகளில் விற்பனை பற்றிய புத்தகங்களை தேடினார். அவற்றைப் படித்து தனது வாழ்வை மாற்றினார்.

இவர் ஒரு சாதாரண தொழிலாளியாக வேலை செய்தாலும், அவரது வேலையை சிறப்பாகச் செய்வது எப்படி என்பதில் மட்டும் கவனம் செலுத்தி, தனது மூளையை சரியாக வைத்திருந்தார். இதுதான் அவரது வெற்றிக்கு காரணம் என்று சொல்கிறார்.

நாமும், நமது வேலையில் முழுகவனம் செலுத்தி, சிறந்தவர்களாக மாறினால், அடுத்த நிலைக்கு உயரும் வாய்ப்பு அதிகரிக்கும் இல்லையா?

மற்றொருவர்:

பாதுகாப்புப் படையில் பணியாற்றி, விருப்ப ஓய்வு பெற்று ஒரு நிறுவனத்தில் நடுத்தரப் பணியில் சேர்ந்தார். அந்த நிறுவனம் அப்பொழுது வீடுகள் கட்டிக் கொடுக்கும் கட்டுமான நிறுவனமாக இருந்தது.

தனது கனவை பெரியதாக வைத்துக்கொண்ட இவர், கடினமாக உழைத்து, அந்த நிறுவனத்தின் தலைமை அதிகாரியாக உயர்ந்தார்.

இப்பொழுது அந்த நிறுவனம் வீடுகள் கட்டுவதில்லை. அவர்கள் நகரங்களையே உருவாக்குகிறார்கள்..!

அவர் பெயர் குஷால் பால் சிங். DLF எனப்படும் நிறுவனத்தின் தலைமை அதிகாரியாக உள்ளார். டெல்லிக்கு அருகில் இருக்கும் நொய்டா என்ற மிகப்பெரும் தொழில் நகரம் இவர் உருவாக்கியதுதான். அதுபோக, பல்வேறு சிறப்பு வாய்ந்த கட்டுமானங்களை அவர்கள் நிறுவனம் இந்தியா முழுவதும் உருவாக்கி உள்ளது.

ஒரு சாதாரண கட்டுமான நிறுவனத்தின் ஊழியரை, உலகின் பிரபலமான நபராக மாற்றியது கனவும், கடின உழைப்பும்தான்.

அதிர்ஷ்டம் என்பது சந்தர்பமும் விழிப்புணர்ச்சியும் சந்தித்துக்கொள்ளும் ஒரு புள்ளிதான். இப்பொழுது நீங்கள் எந்த இடத்தில் இருக்கிறீர்களோ, அதுவே சிறந்த இடம். எந்த வேலையில் இருக்கிறீர்களோ அதுவே சிறந்த வேலை. ஆனால் இதை ஒரு தொடக்கப் புள்ளியாகப் பார்த்தால் அடுத்துவரும் வாய்ப்புகள் கண்ணுக்குத் தெரியும். முற்றுப் புள்ளியாகப் பார்த்தால், உங்கள் எதிர்காலம் கேள்விக்குறியாக மாறிவிடும்.

இவர்கள் இருவருமே நமக்கு கற்றுகொடுக்கும் பாடம் ஒன்றுதான். பெரிய கனவு, கடின உழைப்பு. இவற்றைத் தவிர வேறொன்றிலும் கவனம் இல்லாமை.

* * *

தேக்கமும் ஊக்கமும்

மேற்கண்ட வரைபடத்தை கவனியுங்கள். இது நமது வாழ்வை குறிக்கிறது. நீங்கள் வேலைக்குச் சேர்ந்த முதல் நாளில் எப்படி உணர்ந்தீர்கள்?

நமது நிறுவன யூனிஃபார்ம் முதன் முதலில் உடுத்தும் சமயம் எப்படி உணர்ந்தீர்கள்? அதீத ஆர்வமுடன், உற்சாகமாக இருந்ததா? அந்த உற்சாகம் ஓரிரு வருடங்களில் எங்கு சென்றது? இந்த கேள்விக்கு விடைகாணும் கட்டுரைதான் இது.

ஒரே மாதிரியான வாழ்க்கைச் சுழலில் நாம் இருக்கும் சமயம், நமது வாழ்க்கையும், வேலையும் போர் அடித்துவிடுகிறது. என்றும் போல இன்றும் ஒரு நாள் தானே என்று மனம் ஓய்ந்து விடுகிறது. இது அனைவருக்கும் உண்டாகும் மனநிலை.

வெற்றியாளர்கள் மிகவிரைவில் இந்த மனநிலையில் இருந்து மீண்டு விடுகிறார்கள். சாதாரண மனிதர்கள் இந்த மனநிலையில் இருந்து மீள வழிதெரியாமல், இந்த சுழலில் சிக்கி அழிந்து போகிறார்கள். இந்தச் சுழல் எப்படி அழிவை தரும்?

இந்த நிலை குறிப்பிட்ட சில வருடங்களுக்கு ஒருமுறை வரும். இச்சமயம், வேலையில் அலுப்பு ஏற்படுவதால், தேவையற்ற விஷயங்களில் கவனத்தை திருப்பி தங்களது வாழ்வாதாரத்திற்கு வேட்டு வைத்துக் கொள்கிறார்கள்.

இந்த தொய்வு மனநிலை அல்லது தேக்க மனநிலை வருகிற சமயம், நாம் மனது எதிர்கால இலக்கை நினைத்துப் பார்த்து, அதை அடைவதற்கு நாம் எவ்வளவு முன்னேறியுள்ளோம் என்று கணக்குப் போட்டு பார்க்கவேண்டும். இப்போது ஒரு உற்சாகம் அல்லது பயம் ஏற்படும்.

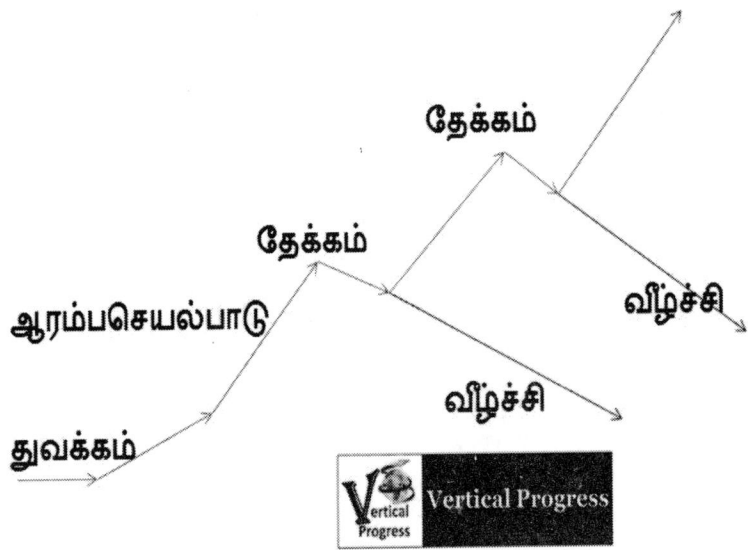

Vertical Progress

அடுத்தது, முறையான மைண்ட் செக்கப் செய்யவேண்டும். அதற்குத் தான் நமது நிறுவனங்களில் பயிற்சிகள் நடத்தப் படுகின்றது. அவற்றில் அதிக உற்சாகத்துடன் பங்குபெற்று உங்கள் மனதை ரீசார்ஜ் செய்துகொள்ளவேண்டும்.

ஊக்கம் என்பது என்ன? அது ஒரு ஐடியாவை இருக்கப் பற்றிக்கொல்வதே ஆகும். எனவே பயிற்சி மற்றும் படிப்பது மூலம், ஒரு புது ஐடியாவை உண்டாக்கி அதை இருக்கப் பிடித்துக் கொள்ளவும்.

'ஏற்றம் தரும் மாற்றம்' என்ற தலைப்பில் நாம் படித்தவற்றை ஒருமுறை நினைவு படுத்திப் பார்க்கவும்.

உதாரணத்திற்கு, உங்கள் வேலையில் போர் அடிப்பது தெரிந்தால், அதை நீங்களாகவே முன் சொன்னது போல சரிசெய்து கொள்ளவேண்டும். அப்படி முடியவில்லை என்றால், உங்களது மேலதிகாரியிடம் மனம் விட்டுப் பேசவும்.

சில நேரம் உங்களுடைய உடனடி மேலதிகாரிக்கு உங்கள் மனநிலை புரியாமல் இருக்கலாம், அவருக்கு புரியவைப்பது உங்கள் கடமை. நீங்கள் வேலை செய்யும் டிப்பார்ட்மெண்ட், இடம், குழு இவற்றில் ஏதாவது ஒன்றை மாற்றச்சொல்லிக் கேளுங்கள்.

உங்களுக்கு நல்ல பெயர் இருப்பது இவற்றைப் பெற அவசியம் என்பதை நீங்கள் உணர்வீர்கள். இவை அனைத்தையும் விட, உங்களுடைய இலக்கும் அதை நோக்கிய சிறு சிறு முன்னேற்றமும் குன்றா உற்சாகத்தைத் தரும்.

இப்படி ஒவ்வொரு முறையும் உங்களுக்கு தேக்க நிலை வரும் சமயம் பின் வருவனவற்றை செயல் படுத்துங்கள்.

1. பயிற்சிகளில் முழுமையாக ஈடுபடுங்கள்.
2. நல்வழிப்படுத்தும் புத்தகங்களை வாசியுங்கள்.
3. நீங்கள் வேலை செய்வதில் ஏதாவது மாற்றத்தை கேட்டுப் பெறுங்கள்.
4. 'ஏற்றம்தரும் மாற்றம்' என்ற தலைப்பில் நாம் சொன்ன முறைகளை பயிற்சிசெய்து பாருங்கள்.

முக்கியமாக, தேக்க மனநிலையில் இருந்து மீண்டு ஆக்க மனநிலைக்கு விரைவில் மாறுங்கள்.

* * *

குறை ஒன்றும் இல்லை

குறைகளே இல்லாத ஒரு பொருளையோ சேவையையோ நம்மால் காட்ட முடியுமா? குறைகளே இல்லாத ஒரு நிறுவனத்தை நாம் எங்கு தேடினாலும் கண்டு பிடிக்க முடியுமா?

குறைகள் என்பது ஒருவரின் பார்வையைப் பொறுத்து இருக்கிறது. நிச்சயமாகச் சொல்லவேண்டும் என்றால், நீங்கள் எப்படிப்பட்ட சிறந்த ஒரு பொருளை வாங்கினாலும், அதிலும் ஒரு குறை இருக்கத்தான் செய்யும்.

உதாரணத்திற்கு, உலகின் தலை சிறந்த ஒரு வீட்டை நீங்கள் வாங்குவதாக இருந்தாலும், அதிலும் ஒரு நொட்டை சொல்ல நினைத்தால் அதுவும் சாத்தியமே.

இந்த உண்மை உங்களுக்குப் புரிந்துவிட்டால், உங்களது சொந்த வாழ்க்கையிலும், அலுவலக வாழ்க்கையிலும், பொது வாழ்க்கையிலும், நிம்மதியாக வாழக் கற்றுக்கொண்டு விடுவீர்கள்.

ஒரு ரூபாய் நாணயத்தை எடுத்துக் கொள்ளுங்கள். அதில் ஒருபக்கம் தலை இருக்கும் மறுபக்கம் பூ இருக்கும். ஒரு ரூபாய் நாணயம் செல்லும் நிலையில் இருக்க வேண்டும் என்றால், தலையுடன் சேர்ந்தே பூவும் வரவேண்டும். 'எனக்கு பூ பிடிக்காது. தலை மட்டும் உள்ள காயின் வேண்டும்' என்றால் அது செல்லாக்காசாக இருக்கும். பரவா இல்லையா? (நன்றி: டாக்டர். பாலா)

இதன் மூலம் நாம் தெரிவிப்பது என்னவென்றால்,

குறைகள் அற்ற ஒரு நிறுவனமோ, மனிதனோ இல்லை. அப்படி ஒன்று இருக்கிறது என்றால் அதுவும் ஒரு அனுமானம்தான் அல்லது அறியாமை தான். உலகின் இரண்டாம் சிறந்த தட்பவெட்ப நிலையைக் கொண்ட "குன்னூர்" எல்லோருக்கும் நிரந்தரமாக வாழப் பிடிக்கும் ஒரு இடம் இலையே!

ஒன்றை மட்டும் மனதில் நிறுத்திக் கொள்ளுங்கள். எங்கு வேலை செய்கிறோம், என்ன பதவியில் இருக்கிறோம் என்பது முக்கியம் இல்லை. எப்படி வேலை செய்கிறோம் என்பது தான் மிக மிக முக்கியம்.

என்ன நான் சொல்வது சரிதானே?

* * *

மணப்பாறை முறுக்கும் ஒரு பாடமும்

பல தொழிலாளர்கள் புலம்புவதை நீங்கள் கேட்டிருப்பீர்கள். கம்பெனி சரி இல்லை, சூப்பர்வைசர் சரி இல்லை, கம்பெனி ரொம்ப தூரம், இப்படி இருந்தா நல்லா இருக்கும், அப்படி இருந்தா நான் பட்டய கிளப்பி விடுவேன் என்றெல்லாம் தினந்தோறும் புலம்பும் சில சாம்பிள்கள்.

அனால், வெற்றி ஒன்றையே குறியாக வைத்திருப்பவர்களுக்கு சோதனைகளை சாதனைகள் ஆக்கும் வித்தையும் தெரிந்திருக்கும். அப்படிப்பட்ட ஒரு சம்பவம்தான் இது. ஒரு மணப்பாறையைச் சேர்ந்த நண்பர் சொன்னது.

மணப்பாறை முறுக்கு மிகவும் பிரசித்தி பெற்ற ஒரு தின்பண்டம். எனக்கு கிடைத்த தகவலின் படி தினமும் 2000 கிலோகிராம் வரை சென்னைக்கு மட்டும் முறுக்கு மணப்பாறையில் இருந்து அனுப்பப்படுகிறது என்று அங்குள்ள ஒரு நண்பர் சொன்னார்.

மணப்பாறை முறுக்கு உண்டான விதம் ஒரு சுவாரசியமான கதை. முன்னாளில் மணப்பாறையில் ஒரு வற்றாத கிணறு இருந்தது. அதில்தான் மக்கள் குடிநீர் எடுத்துச் செல்வார்களாம்.

சில வருடங்கள் முன், அந்த கிணற்றில் வந்த சுவையான தண்ணீர் உப்புத் தண்ணீராக மாறியது. இப்படி பல கிணறுகள் தற்கொலை செய்துகொண்டுவிட்டன. அவற்றை இப்பொழுது பொதுமக்கள் குப்பைத்தொட்டியாக மாற்றிவிட்டனர்.

ஆனால் ஒரு முறுக்கு வியாபாரி இதன் உப்புத்தன்மையை பயன்படுத்தி (தண்ணீர் பஞ்சம்தான்) முறுக்கு செய்து விற்றார். அவருடைய முறுக்குகள் பிரபலமாகவே, மற்றவரும்

(அவரிடம் வேலை பார்த்தவர்கள் உட்பட) இந்த இரகசியத்தை பயன்படுத்தத் தொடங்கிவிட்டார்கள்.

உப்பு மிச்சம் என்று பார்த்தால், அதில் வந்த தண்ணீரில் இருந்த மற்ற இயற்கை கனிமங்கள் முறுக்கிற்கே ஒரு முறுக்குத் தன்மையை கொடுத்து, இன்று சக்கை போடு போட்டுக்கொண்டு இருக்கிறது.

இப்போது அந்த கிணற்றுத் தண்ணீருக்கு அவ்வளவு டிமாண்ட்.. ஒருவருக்கு ஒரு குடம் தண்ணீர்தான் தினமும் தரப்படுமாம்..!

செய்யும் தொழிலுக்கு நிபந்தனை இன்றி சரணடைந்த ஒருவர் தனக்கு வரும் சோதனைகளை சாதனைகளாகவே மாற்றி வெற்றி கொள்வார்..!

உங்கள் புலம்பல்களை நிறுத்துங்கள். வாய்ப்புகளை உற்று நோக்குங்கள். தீர்வு இல்லாத பிரச்சனை என்று ஒன்று இல்லவே இல்லை.

என்ன சரிதானே..!

* * *

வெற்றிக்கு இரண்டு மந்திரங்கள்

தொழிலாளர்களுக்கு, உற்சாகம் பெரும்பாலான சமயங்களில் வெளியில் இருந்து கிடைப்பதில்லை. அவர்களாகவே உற்சாகத்தை உண்டாக்கிக்கொள்வது நன்று.

சில சமயங்களில் நமக்கு மேலுள்ள அதிகாரிகளின் அணுகுமுறை நமது உற்சாகத்தை குலைத்து விடுவதாகவே உள்ளது. நம்மைச் சுற்றி இருப்பவர்களைப் பற்றி சொல்லவே வேண்டாம்.

எனக்கும் இந்த நிலை ஏற்பட்டிருந்தது. நமக்கு நாமே உற்சாகத்தை ஏற்படுத்திக்கொள்ள ஒரு வழிமுறைதான் LIC மந்திரம். அதாவது Learn, Implement மற்றும் Challenge yourself. இதுதான் LIC மந்திரம்.

தொழிற்சாலைகளில் வேலை செய்பவர் மட்டும் அல்லாது மற்ற எந்த ஒரு தொழிலிலும் இருப்பவர்கள் இந்த LIC மந்திரத்தை கடைபிடித்தால், வெற்றி நிச்சயம்.

1. தொழில் சம்பந்தமாக புதிய உக்தியை அல்லது வழிமுறையை கற்க வேண்டும்.
2. கற்றதை உடனே செயல்படுத்த வேண்டும். இல்லை என்றால், கற்பதனால் என்ன பயன்?
3. பின்னர் நமக்கு நாமே சவால் விட வேண்டும். அதாவது, நமது முந்தய சாதனையை நாமே முறியடிக்க வேண்டும்.

எப்படி நமது சாதனையை நாமே முறியடிப்பது?

இதற்குத்தான் "OM" மந்திரம் உள்ளது. அதாவது One More.. Once More..! நாம் முன்பு செய்ததை விட ஒன்று

மட்டும் கூடுதலாக செய்யவேண்டும். அதை மறுபடியும் செய்ய வேண்டும். இதையே திரும்பத் திரும்பச் செய்வதனால், உற்சாகம் ஒருபோதும் குறையாது.

உங்களுக்கு நீங்களே சவால் விட்டு இந்த OM மந்திரத்தை செயலாக்குவதன் மூலம் உங்களுக்கு விரக்தி ஏற்படாது. ஒரு நாள் ஜெயித்தாலும் தோற்றாலும் அது நீங்கள்தான்.

ஆனால், இதையே சாக்காக வைத்து முன்னேறாமல் இருக்கக் கூடாது.

* * *

தொழிலாளி மனம்

மனிதர்களில் பலவகை உண்டு. ஒன்றிற்கும் உதவாதவர்களை விடுத்து, உழைத்து உண்ணும் மக்களை மட்டும் எடுத்து ஆராய்ந்தால், அவர்களில் இரண்டு மனநிலை உள்ளவர்கள் புலப்படும்.

1. தொழிலாளி மனது உள்ளவர்கள். 2. முதலாளி மனது உள்ளவர்கள். உண்மையில் முதலாளி என்பது மனநிலையில் தான் உள்ளது அது அதிகாரத்தில் இல்லை. ஒரு நிறுவனத்தில் தொழிலாளியாக வேலைபார்க்கும் ஒருவர் அந்த நிறுவனத்தின் உரிமையாளராக இருக்கத் தேவை இல்லை. அவர் பார்க்கும் வேலைக்கு அவர் மனதளவில் முதலாளியாக இருக்கலாம். அதாவது பல குறிப்பிட்ட விஷயங்களில் அவரே முடிவெடுக்கலாம். இது அவரது எல்லைக்குட்பட்டது.

உரிமையாளர் கூட சட்டங்களுக்கு உட்பட்டே முடிவெடுக்க இயலும் அல்லவா?

இந்த இரண்டு மனநிலை மனிதர்கள் தங்கள் மனநிலைக்கு ஏற்ப தங்கள் வாழ்வையே மாற்றி எழுதுகிறார்கள்.

1. தொழிலாளி மனம்: இவர்கள் தங்களை தாழ்மையாக நினைத்துக் கொள்வார்கள். இந்த தாழ்வு மனம் இவர்களை சீக்கிரம் எரிச்சல் அடையச் செய்யும். போராட்ட குணமும், குறைகூறும் தன்மையும் அதிகம் இருக்கும். தொழிலோடு போராடாமல், மனிதர்களோடு போராடுவார்கள். எப்போதும் தங்களுக்கு ஏற்படும் குறைகளை பெரிதுபடுத்தி மற்றவர்களை குறைசொல்வார்கள். அதிகம் உரிமைகளைப்பற்றி யோசித்து கடமைகளை பின்னுக்குத் தள்ளிவிடுவார்கள்.

இவர்களுக்கு வாழ்க்கைத்தரம் செக்கில் கட்டிய மாட்டின் நிலையில் தான் இருக்கும். பெரிய மாற்றத்தை இந்த மன நிலையில் இருப்பவர்கள் எதிர்பார்க்க முடியாது.

2. முதலாளி மனம்: இவர்கள் தங்கள் செய்யும் தொழிலில் ஆகச் சிறந்தவர்களாக இருப்பார்கள். சிறு சிறு குறைகளை கண்டுகொள்ளவே மாட்டார்கள். இவர்களுடைய எண்ணம் முழுவதும் "அடுத்து என்ன? சிறந்தது என்ன? மேலும் என்ன?" என்றே சிந்தித்துக்கொண்டு இருக்கும். இவர்களுடைய நோக்கம் இவர்களை சிறந்தவர்களாகவும் ஆளுமை உள்ளவர்களாகவும் மாற்றும்.

பல நிறுவனங்களில் இப்படிப்பட்ட மனநிலை உள்ளவர்களுக்கு முன்னால் முதலாளி கூட பணிந்துதான் செல்வார்கள். "லீ இயகோக்கா" இதற்கு ஒரு சிறந்த உதாரணம்.

இவர்களுடைய வாழ்க்கைத்தரமும் உயர்ந்துகொண்டே இருக்கும்.

ஒரு உதாரணம்:

நான் பயிற்சி கொடுத்துக்கொண்டு இருந்த ஒரு நிறுவனத்தில், காலை 11 மணிக்கு பயிற்சி நடக்கும் இடத்திற்கு டீ யும் பிஸ்கட்டும் வரவேண்டும். முதல் நாள் சரியாக வந்தது. இரண்டாம் நாள், வரவில்லை. அதற்கு பதிலாக 11.30 மணிக்கு நாங்கள் அனைவரும் டீ கொடுக்கும் இடத்தில் டீ அருந்தினோம்.

இந்த நிகழ்வுக்கு அடுத்த நாள், பயிற்சியில் பங்குபெற்ற சிலர் டீ வராததை ஒரு பெரிய பிரச்சனையாக மாற்றிவிட்டார்கள். HR டீமில் இருந்து ஒருவர் வந்து என்ன நடந்தது என்று கேட்டார்.

அதற்கு சிலர் ஒரு மிகப்பெரிய தவறு நடந்ததைப் போலவும், தங்களை உதாசீனப்படுத்தி விட்டதாகவும் மிகவும் கோபத்துடன் குறை சொல்லிக்கொண்டு இருந்தார்கள்.

உண்மையிலேயே அன்றைக்கு டீ கொண்டு வர இருந்தவர் வேலைக்கு புதியவர். ஒருமுறை, அவரிடமோ, அவர் அதிகாரியிடமோ சொல்லி இருந்தால் போதுமானது.

இதை இவ்வளவு பெரியதாக்கியதுதான் லேபர் மைன்ட் எனப்படும் தொழிலாளி மனம். ஒரு நாள் டீ வராமல் போனது ஒன்றும் பெரிய இழப்பு இல்லை என்று அதை கண்டுகொள்ளாமல் பயிற்சியில் கவனம் செலுத்துவதுதான் லீடர் மைன்ட் எனப்படும் முதலாளி மனம்.

லீடர் மைன்ட் இருப்பவர்களுக்குத் தான் வளர்ச்சி சாத்தியமாகும்.

* * *

சிறக்க ஒரு சிறுகதை

ஒரு காட்டில் கூட்டமாக மான்கள் மேய்ந்து கொண்டிருந்தன. அப்பொழுது தூரத்துப் பச்சை கண்ணைப் பறிக்க, ஆவலோடு ஒரு மான் துள்ளிச் சென்றது. பசும் புற்களும், செந்நிறப் பழங்களைச் சுமந்த மரங்களும் அதைக் கவர்ந்து இழுத்தன.

வேகமாக, அந்த சுந்தரவனத்தை நோக்கி காற்றைப் போல பறந்தது. எதோ ஒரு குழியில் அதன் கால் சிக்கி, வலுவாக அதற்கு அடிபட்டுவிட்டது. வலி பொறுக்க முடியாமல் அந்த மான் ஈனக்குரலுடன் கதறியது.

தூரத்தில் மேய்ந்து கொண்டிருந்த அதன் கூட்டத்தாரின் காதில் அதன் குரல் கேட்கவில்லை. அவை மேய்ந்துகொண்டே மெதுவாக நகர்ந்து சென்றன. இதைக் கண்ட மானுக்கு ஆத்திரம் பொத்துக்கொண்டு வந்தது. “மரண வேதனையில் நான் அலறிக்கொண்டிருக்கிறேன். இந்த சோம்பேறி, சுயநல மான்கள் கண்டுகொள்ளாமல் சென்று கொண்டிருக்கின்றனவே..!” என்று வேதனை கொண்டது.

அந்தி மங்க, குளிர் காற்று அதன் வலியை அதிகரித்தது. அதோ தூரத்தே ஒரு புலி.. மெத்தென்ற புல்வெளி வழியே அந்த மானை நோக்கி ஓட்டமும் நடையுமாக வந்துகொண்டு இருந்தது.

“வா எனது புலி நண்பா..! சிறு வயது முதல் எனது முட்டாள் மான் கூட்டம் உன்னை எமது ஜென்ம எதிரி என்று எச்சரித்து வளர்த்தார்கள். இன்றோ நான் மரண வலியில் துடித்துக் கொண்டு இருக்கிறேன். எனது குரல் காதில் விழுந்தும் கேட்காதது போல அவை நகர்ந்து எங்கோ போய்விட்டன”.

“ஆனால், நீஒருவன்தான் எனக்கு உதவ வந்துகொண்டு இருக்கிறாய். இத்தனை நாளாக உனது நட்பைப் பெறத் தவறியது

பெரும் பிழை. நீதான் இனி எனது நண்பன். வா.. என்னை கைத்தாங்கலாக தூக்கி அதோ அந்த புல்வெளி மரத்தடியில் வைத்துவிடு. ஓரிரு நாளில் நான் சரியாகிவிடுவேன்.." என்று சொல்லிக்கொண்டிருக்கும் போதே அந்த புலி அருகில் வந்து அந்த மானின் கழுத்தைக் கவ்விப்பிடித்து, சுவாசக்குழாயை நசுக்கி, அந்த மான் இறந்துகொண்டு இருக்கும்போதே, அதன் உதிரத்தை சுவைக்கத் தொடங்கியது.

இந்த கதை சொல்லும் பாடம்:

1. எப்பொழுதும் உங்கள் குழுவிலேயே இருங்கள். விலகிச்சென்றால், ஆபத்து.

2. உங்கள் அழுகையை கேட்டு உங்கள் அருகில் வரும் நபர்கள் அனைவரும் உதவ வருவதில்லை. பெரும்பாலும் உங்கள் அழுகை ஒரு கொன்றுன்னிக்குத் தான் ஆனந்த அழைப்பாக கேட்கும். பரிதாபத்தைத் தேடினால் பரிதாபமாய்ப் போவீர்கள்.

3. வலியில் இருந்தால் "அழாதீர்கள்". பொறுத்துக்கொள்ளுங்கள்.

"ஒரு போதும் உங்கள் தவறிற்கு மற்றவரை குறை சொல்லாதீர்கள். அதனால் உங்களுக்கு ஒன்றும் ஆகப்போவதில்லை".

* * *

போயே போச்சு..! It's Gone..!

ஒரு காட்டில் நெடுங்காலமாக பஞ்சம். அந்த காட்டில் ஒரு வேடுவன் தனது குடும்பத்துடன் வாழ்ந்துவந்தான். அந்த காட்டில் கடும் பஞ்சம். பஞ்சத்தில் எல்லாம் பட்டுப்போனது. மிச்சம் மீதி இருந்த இலை தழைகளை சமைத்து உண்டு வந்தான்.

காட்டில் பஞ்சம் மிகுதியால், இவன் உண்ணும் தாவர பட்சிணிகளும், பறவைகளும், எண்ணிக்கையில் ஆகக் குறைந்துவிட்டன. வேட்டைக்கும் ஒன்றும் சிக்க வில்லை. இப்படியே போனால், தனது குடும்பம் முழுவதும் பட்டினியால் வாடிச் செத்துவிடும் என்று கவலைகொண்டு ஒருநாள், வேட்டைக்கு புறப்பட்டான்.

அந்த காட்டில் சில பசுக்கள் இருந்தன. தாவர பட்சினிகள் எண்ணிக்கைகள் குறைந்துவிட்டதால், மாமிச பட்சினிகள் பசிமிகுதியால், வெறிகொண்டு அலைந்தன. நகரும் எதையும் உண்ணத் துணிந்தன.

அவற்றின் தொல்லை அதிகரித்ததால், ஒரு பசுமாடு சற்று இணக்கமாக யோசித்தது. இந்தக் காட்டில் உள்ள வேடுவனிடம் அடைக்கலம் ஆனால், அவனால் உண்ண முடியாத

இலைதழைகளை நாம் உண்டு அவனுக்கும், அவனது குடும்பத்திற்கும் நாம் பால் கொடுக்கலாம். அதற்கு பதிலாக அவனும் அவன் குடும்பமும் தனக்கு பாதுகாப்பு அளிக்கும் என்று நினைத்து அவனிடத்தில் தஞ்சம் புக நினைத்தது.

இதை தனது தோழியான மற்றொரு பசுவிடம் சொன்னது. அதுவும் சம்மதித்து தானும் கூடவே வருவதாக உறுதி அளித்தது. காட்டில் மெய்ந்துகொண்டே ஒன்றன் பின் ஒன்றாக சற்று இடைவெளிவிட்டு வேடுவன் வீட்டை நோக்கி சென்றன.

வேட்டைக்கு சென்ற வேடுவனின் கண், முதலில் வரும் பசுவின் மீது பட்டது. ஆஹா, இது இறைவன் கொடுத்த அருமையான சந்தர்பம். இந்த பசுவை கொன்றால், பல நாட்களுக்கு குடும்பம் முழுவதிற்கும் உணவு கிடைக்கும் என்று நினைத்து, தான் கொண்டுவந்த ஈட்டியை மாட்டின் கழுத்தைக் குறிவைத்து எய்தான்.

அம்பு பாய்ந்த வேகத்தில் சற்று ஓடி பசுவும் விழுந்து தனது உயிர் பிரியும் கடைசித் தருவாயில் அந்த வெடுவனை

பார்த்தது. அருகில் வந்த வேடுவன் பசுவிடம், "பசுவே, என்னை மன்னித்துவிடு. பசியால் வாடும் என் குடும்பம் உன்னால் இன்னும் சிலநாட்கள் உயிர் வாழும். நன்றி" என்று சொல்லிக்கொண்டே அதன் கழுத்தை அறுக்கலானான்.

தனது இறுதி வினாடியில், சிரித்துக் கொண்டே அந்த பசு, "அடக் கோமாளியே..! உன் குடும்பம் முழுமைக்கும் காலம் காலமாக உதவி செய்யவே நான் வந்துகொண்டு இருந்தேன். என்னைக் கொல்லாமல், கூட்டிப் போய் இருந்தால், உனக்கு வேண்டாவற்றை உண்டு தினமும் இரு வேளைகள் பால் கொடுத்திருப்பேன். பேராசையால், நட்டமடைந்தாயே..! கோமாளி..!" என்று சிரித்துக் கொண்டே உயிரை விட்டது.

அதுமட்டும் அல்ல, அந்த காட்சியைப் பார்த்துக் கொண்டிருந்த இரண்டாம் பசு, அடச் சண்டாளனே.! என்று நினைத்து ஓடி மறைந்தது..!

இது கதை.. இங்கு பஞ்சம் – சாதகமற்ற சூழல். பசு – உமது நிறுவனம், மேலதிகாரிகள் மற்றும் உடன் பணிபுரிபவர், கொலை – நேர்மையற்ற, யோசனையற்ற சுயநலம். மற்றவைகளை உங்கள் கற்பனைக்கே விட்டுவிடுகிறேன்.!

உங்கள் வெற்றிப்பயணம் தொடர வாழ்த்துக்கள்..!

பாசமுடன்,
வா. பிரசன்னா வெங்கடேசன்.

வாசகர் மதிப்புரைகள்:

Dr. Balasubramanian Kalyanaraman on போயே போச்சு: பசி என்றால் பசுவும் நமக்கு உணவாகும். வெற்றி வேட்கை வரும் போது நாமும் அரக்கனாகிறோம் . நாமும் வெற்றி. பிறரும் வெற்றி என்பதே நீடிக்கும். குறிப்பாக சிரம காலங்களில் இணைவதும் இணக்கமாய் இருப்பதுமே வெற்றி.

Mr. Barath Surendran on போயே போச்சு: Very Nice Story... sounds like the goose and the golden egg story and very apt for business people for not being greedy and not slaughtering the cow!

Mr. Surekaa on தொழிலாளி மனம்: சிறப்பு...!! சிறப்பு !

லீ இயகோக்கா — கிரிஸ்லர் முன்னாள் தலைமை அதிகாரி — மிகத் தகுந்த உதாரணம்.

வாழ்த்துக்கள் !!

Mr. R. Venkatesan, LIC, Chennai: Excellent articles. Really motivates me. My best wishes to you.

Mr. S. Dhandapani, Chennai: Simple but powerful thoughts.

Mr. Sankarasubramanian S., Tirunelveli: நீங்கள் பல சிறந்த துவக்கங்களின் அச்சாணி. தாங்கள் வெளியீடுகளும் வித்தகர் வழங்கும் நல்முத்துக்கள். மிகையல்ல மெய்ப்பாடு. வாழ்க வளமுடன்.